AF962110

'ಕಾಫಿ ಡೇ'ಯ ಕೆಪುಚಿನೊ ಅಲ್ಲ....

'ಹೌದೇನೇ ಉಮಾ ಹೌದೇನೇ
ಜಗವೆನ್ನುವುದಿದು ನಿಜವೇನೇ?'

–ಇವು ಜಿ ಎಸ್ ಶಿವರುದ್ರಪ್ಪನವರ ಕವಿತೆಯ ಜನಪ್ರಿಯ ಸಾಲುಗಳು. ಯಾಕೋ ಗೊತ್ತಿಲ್ಲ ಆಗೀಗ ಈ ಸಾಲುಗಳು ನನ್ನ ಮನದೊಳಗೆ ಗುಂಯ್‌ಗುಡುತ್ತಲೇ ಇರುತ್ತದೆ.

ಹಾಗಿರುವಾಗ ಈ ಸಾಲುಗಳು ನಿಜವೇನೋ ಎನ್ನುವಂತೆ ಉಮಾ ಮುಕುಂದ ತಮ್ಮ ಕವಿತೆಗಳೊಂದಿಗೆ ರಂಗ ಪ್ರವೇಶಿಸಿಯೇಬಿಟ್ಟರು. ಮುಕುಂದ, ಮುಕುಂದ ಮತ್ತು ಮುಕುಂದ ಕುಟುಂಬದಲ್ಲಿ ಎ ಎನ್ ಮುಕುಂದ ಹಾಗೂ ಪ್ರತೀಕ್ ಮುಕುಂದ ಇಬ್ಬರೂ ಕ್ಯಾಮೆರಾ ಕಣ್ಣಿನ ಮೂಲಕ ಜಗತ್ತನ್ನು ಅಳೆದವರು. ಆ ಕಾರಣಕ್ಕಾಗಿಯೇ ಸಾಕಷ್ಟು ಬೆಳಕನ್ನು ಪಡೆದವರು. ಈ ಇಬ್ಬರೂ ಕ್ಯಾಮೆರಾ ಕಣ್ಣಿನಿಂದ ಜಗತ್ತನ್ನು ನೋಡುತ್ತಿರುವ ವೇಳೆ ಸದ್ದಿಲ್ಲದೇ ಕಾವ್ಯ ಕಣ್ಣಿನ ಮೂಲಕ ಜಗತ್ತನ್ನು ನೋಡಲು ಹೊರಟವರು ಉಮಾ ಮುಕುಂದ. ಖ್ಯಾತ ಛಾಯಾಗ್ರಾಹಕರಾದ ಎ ಎನ್ ಮುಕುಂದ ಅವರು ತಮ್ಮ ಕೃತಿ 'ಮುಖ ಮುದ್ರೆ'ಯಲ್ಲಿ ಹೇಗೆ ಉಮಾ ತಮ್ಮ ಫೋಟೋಯಾನದ ಭಾಗವಾಗಿದ್ದರು ಹಾಗೂ ಅದರ ಯಶಸ್ಸಿನ ಪಾಲುದಾರರು ಎನ್ನುವುದನ್ನು ಹೇಳಿದ್ದಾರೆ. ಅಷ್ಟು ಮಾತ್ರ ಎಂದು ನಾವೆಲ್ಲರೂ ಅಂದುಕೊಂಡಿರುವಾಗ ಉಮಾ ಕವಿತೆಗಳ ಮೂಲಕ ಮಾತನಾಡಲಾರಂಭಿಸಿದರು. ತಮ್ಮ ಬದುಕಿನ ಐದು ದಶಕದ ನಂತರ. ಆಗಲೇ ಜಿ ಎಸ್ ಎಸ್ ಕವಿತೆಗೆ ಆದ ಆಶ್ಚರ್ಯ ನನಗೂ ಆದದ್ದು.

ಉಮಾ ಮುಕುಂದ ಅವರ ಕವಿತೆಗಳು ಫೇಸ್‌ಬುಕ್‌ನಲ್ಲಿ ತುಂಬು ಸಂಕೋಚದಿಂದ ಇಣುಕಲು ಆರಂಭಿಸಿದಾಗ ನಾನು 'ಅವಧಿ'ಗಾಗಿ ಅವರ ಒಂದಷ್ಟು ಕವಿತೆಗಳನ್ನು ಓದುವ ಅವಕಾಶ ದೊರೆಯಿತು. ಅಷ್ಟೇ..! ನಂತರ ಅವರ ಕವಿತೆಗಳ ಗುಂಗಿನಲ್ಲಿ ಸಿಕ್ಕಿಕೊಂಡೆ. ಯಾಕೆಂದರೆ, ಅವರು 'ಥೇಟ್ ನನ್ನಂತೆಯೇ...' ಅವರ ಕವಿತೆಗಳು ಸಹಜವಾಗಿ, ಸರಾಗವಾಗಿ ಎಲ್ಲರ ಮಧ್ಯೆ ಓಡಾಡುತ್ತದೆ. ಸೊಪ್ಪು ಕೊಳ್ಳುತ್ತದೆ, ಕೆಪುಚಿನೊಗೆ ಆರ್ಡರ್ ಮಾಡುತ್ತದೆ, ಸಾರನ್ನವೇ ಮುಗಿದಿಲ್ಲದಿರುವಾಗ ವಡೆ–ಪಾಯಸ ಬರುತ್ತಿರುವುದನ್ನು ಗೊತ್ತು ಮಾಡಿಕೊಳ್ಳುತ್ತದೆ. ಹತ್ತು ರೂಪಾಯಿಗೆ ಮೂರು ನಿಂಬೆಹಣ್ಣು ಕೊಳ್ಳಲು ಇಡೀ ಬುಟ್ಟಿಯನ್ನೇ ತಲೆಕೆಳಗು ಮಾಡುತ್ತದೆ, ಅಬ್ಬರದ ನಗುವಿನ ಮಧ್ಯೆ ಬಿಕ್ಕುಗಳನ್ನು ಹುಡುಕುತ್ತದೆ, ಸುಬ್ಬಮ್ಮನ ಅಂಗಡಿಯ

ಸಾರಿನ ಪುಡಿ, ಡಿಮಾನಿಟೈಸೇಷನ್ ನಂತರದ ಜಿ ಎಸ್ ಟಿ... ಹೀಗೆ ಉಮಾ ಮುಕುಂದ ಅವರ ಕವಿತೆ ಕಿರೀಟ ಸಿಕ್ಕಿಸಿಕೊಂಡು ಅಂಬಾರಿಯಲ್ಲೇ ಪಯಣ ಮಾಡುವ ಅನಿವಾರ್ಯತೆ ಸೃಷ್ಟಿಸಿಕೊಳ್ಳದೆ... ಹವಾಯಿ ಚಪ್ಪಲಿಯನ್ನೇ ಮೆಟ್ಟಿ, ಬೇಕೆಂದ ಕಡೆ ಬಿಂದಾಸಾಗಿ ಸಂಚಾರ ಹೊರಟುಬಿಡುತ್ತದೆ. ಇವರ ಕವಿತೆಗೆ ಕಾಲುದಾರಿಯೂ ಗೊತ್ತು, ಹೈವೇಯೂ ಗೊತ್ತು,

ಬಿ ವಿ ಕಾರಂತರು ಸಖತ್ ಮೂಡ್‌ನಲ್ಲಿರುವಾಗ ಒಮ್ಮೆ ನನ್ನೊಡನೆ ಮಾತನಾಡುತ್ತ 'An Actor is like a beggar's Bag' ಎಂದಿದ್ದರು. 'ಒಬ್ಬ ಕಲಾವಿದನಾದವನು ಭಿಕ್ಷುಕನ ಜೋಳಿಗೆಯಂತಿರಬೇಕು. ಅದರಲ್ಲಿ ಸಿಕ್ಕಸಿಕ್ಕದ್ದೆಲ್ಲಾ ತುಂಬಿರಬೇಕು. ಅವು ಅರ್ಥಪೂರ್ಣವಾಗಿ ಆಚೆ ಬರಬೇಕು' ಎನ್ನುತ್ತಿದ್ದರು. ಹಾಗೆ... ಥೇಟ್ ಹಾಗೆಯೇ ಉಮಾ ಕವಿತೆಗಳು. ಇಲ್ಲಿ ಎಲ್ಲವೂ ಇವೆ. ಕಂಡದ್ದು, ಕೇಳಿದ್ದು, ಸುತ್ತಿದ್ದು, ನಕ್ಕಿದ್ದು, ಹರಟಿದ್ದು... ಈ ಎಲ್ಲವೂ ನಿಧಾನವಾಗಿ ಐದು ದಶಕದ ಸೋಸುವಿಕೆಗೆ ಒಳಪಟ್ಟು ಕವಿತೆಗಳಾಗಿ ಚಿಮ್ಮಿವೆ.

ಬಿ ಎ ವಿವೇಕ ರೈ ಅವರು 'ಬಿಚ್ಚಬೇಕಾದ ಕಟ್ಟಡಗಳು, ಆಲಿಸಬೇಕಾದ ದನಿಗಳು' ಎನ್ನುವ ಅಂಕಣ ಬರಹದಲ್ಲಿ ಮನಸ್ಸುಗಳನ್ನು ಅರಿಯಲು ಬಿಚ್ಚಬೇಕಾದ ಕಟ್ಟಡಗಳೇನು ಎಂದು ವಿವರಿಸಿದ್ದರು. ಉಮಾ ಇಲ್ಲಿ ತಾವೇ ತಾವಾಗಿ ತಮ್ಮ ಕವಿತೆಗಳ ಮೂಲಕ ಆಲಿಸಬೇಕಾದ ದನಿಗಳನ್ನು ಮುಂದಿಟ್ಟಿದ್ದಾರೆ.

ಕವಿತೆಯೆಂಬ ಕ್ಯಾಮೆರಾದಲ್ಲಿ ಕಾಣುವುದಕ್ಕೂ, ಕ್ಯಾಮೆರಾದಲ್ಲಿ ಕಾಣುವ ಲೋಕಕ್ಕೂ ಸಾಕಷ್ಟು ವ್ಯತ್ಯಾಸವಿದೆ. ಕ್ಯಾಮೆರಾ ಕಂಡ ಲೋಕದ ಮೂಲಕ ತಮ್ಮ ಜಗತ್ತು ಕಟ್ಟಿಕೊಂಡ ಉಮಾ ಮುಕುಂದ ಕವಿತೆಯೆಂಬ ಕ್ಯಾಮೆರಾ ಮೂಲಕ ಹೊಸದನ್ನೇ ನಮಗೆ ಕಾಣಿಸುತ್ತಿದ್ದಾರೆ.

ಇವರ ಕವಿತೆಗಳು ಕಾಫಿ ಡೇಯ ಕೆಪುಚಿನೊ ಅಲ್ಲ, ನಮ್ಮ ಮನಸ್ಸು ಸದಾ ಹಾತೊರೆಯುವ ಫಿಲ್ಟರ್ ಕಾಫಿ...

ಜಿ ಎನ್ ಮೋಹನ್

ಉಮಾ ಮುಕುಂದ

ಕಡೇ ನಾಲ್ಕು ಸಾಲು

ಕ ವಿ ತೆ ಗ ಳು

ಬಹುರೂಪಿ

1, 'ನಾಕುತಂತಿ', ಬಸಪ್ಪ ಬಡಾವಣೆ, ಆರ್‌ಎಂವಿ 2ನೇ ಘಟ್ಟ,
ಸಂಜಯನಗರ, ಬೆಂಗಳೂರು – 560 094

ದೂರವಾಣಿ: 7019182729 editor.bahuroopi@gmail.com
online book store: bahuroopi.in
facebook: bahuroopi.official/

KADE NALKU SAALU-
A Collection of poems
By **Uma Mukunda**
Published by **Bahuroopi**

Written By
Uma Mukunda
anmukund@gmail.com
Mobile: 9480606662

Published By
Bahuroopi
1, Naaku Tanti, Basappa Layout,
RMV Second Stage, Sanjayanagar,
Bangalore 560 094
--
editor.bahuroopi@gmail.com
Mobile: 70191 82729

online book store:
bahuroopi.in

First Edition: 2018

Pages: 80

Copyright: **Uma Mukunda**

Illustrations: **Venkataramana Bhat**

Photo: **A N Mukunda**

Design: **M R Guruprasad**

ಬಹುರೂಪಿ
ಪ್ರಕಟಣೆಗಳಿಗಾಗಿ ಈ
QR ಕೋಡ್ ಅನ್ನು
ಸ್ಕ್ಯಾನ್ ಮಾಡಿ.

ಅರ್ಪಣೆ

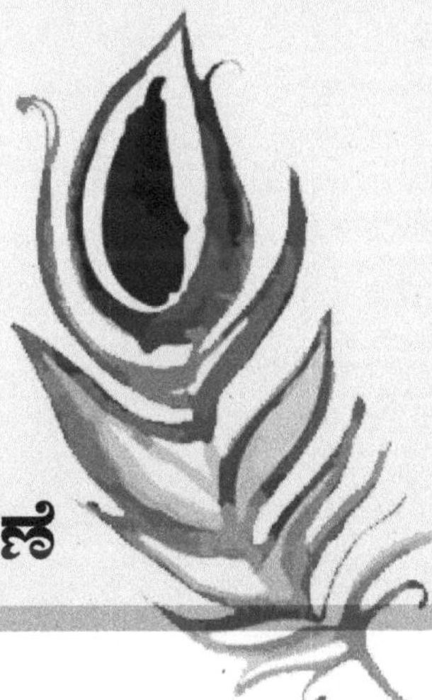

ನನ್ನ
ಮುಕುಂದನಿಗೆ

ಹೊಸ ಲೋಕಕ್ಕೆ ಜಾರಿದ್ದು ಹೀಗೆ...

ಈ ಹೊತ್ತು ನನಗೆ, ನನ್ನ ಚೊಚ್ಚಲು ಹೆರಿಗೆಯ ಸಂತೋಷ, ಸಂಭ್ರಮ, ಆತಂಕ, ನಿರೀಕ್ಷೆಗಳು ನೆನಪಾಗುತ್ತಿವೆ.

ಇದು ನನ್ನ ಪ್ರಥಮ ಕವನ ಸಂಕಲನ.

ನಮ್ಮ ಮನೆಯಲ್ಲಿ ಮೊದಲಿಂದಲೂ ಸಾಹಿತ್ಯದ ವಾತಾವರಣ ಇತ್ತಾದರೂ ನಾನು ಸಾಹಿತ್ಯವನ್ನು ಅಕ್ಯಾಡೆಮಿಕ್ಕಾಗಿ ಅಭ್ಯಾಸ ಮಾಡಿದವಳಲ್ಲ. ನಾನು ಓದಿದ್ದು ವಿಜ್ಞಾನ. ಬಾಲ್ಯದಲ್ಲಿ ನನ್ನನ್ನು ಆಕರ್ಷಿಸಿದ್ದು ಸಂಗೀತ, ನೃತ್ಯ ಹಾಗೂ ಕಥೆ, ಕಾದಂಬರಿಗಳ ಓದು. ಹಿರಿಯರಾದ ಕಾರಂತರು, ಲಂಕೇಶ್, ದೇವನೂರು ಮಹಾದೇವ, ವೈದೇಹಿಯರ ಬರಹಗಳು ನನಗೆ ಇಷ್ಟವಾಗುತ್ತಿತ್ತು. ಕವಿತೆಗಳನ್ನು ಓದುತ್ತಿದ್ದೆನಾದರೂ ಅವು ನನ್ನ ಮನಸ್ಸಿನಲ್ಲಿ ಉಳಿಯುತ್ತಿದ್ದುದು ಪ್ರಧಾನವಾಗಿ ಹಾಡುಗಳನ್ನು ಗುನುಗುನಿಸುವುದರ ಮೂಲಕವೇ. ಕಳೆದ ಮೂವತ್ಮೂರು ವರ್ಷಗಳ ದಾಂಪತ್ಯ ಜೀವನದಲ್ಲಿ ಈ ಮೇಲಿನ ಆಸಕ್ತಿಗಳು ತೀವ್ರಗೊಂಡಿದ್ದಲ್ಲದೆ ಜಗತ್ತಿನ ಅತ್ಯುತ್ತಮ ಸಿನೆಮಾ, ನಾಟಕಗಳ ವೀಕ್ಷಣೆ, ಸಾಹಿತ್ಯ/ಸಿನೇಮಾ ಶಿಬಿರಗಳಲ್ಲಿ ಭಾಗಿಯಾಗುವ ಅವಕಾಶ ನನಗೆ ಒದಗಿಬಂತು. ಜೊತೆಗೆ ನಮ್ಮ ನಡುವಿನ ಬಹು ಮುಖ್ಯ ಕವಿಗಳಾದ ಶ್ರೀ ಎಚ್. ಎಸ್. ವಿ. ಅವರು 'ಅಭ್ಯಾಸ' ತಂಡಕ್ಕೆ ನಡೆಸಿಕೊಡುತ್ತಿದ್ದ ಕಾವ್ಯಾನುಸಂಧಾನದಲ್ಲಿ ಸುಮಾರು ಎರಡು ವರ್ಷ ವಿದ್ಯಾರ್ಥಿಯಾಗಿದ್ದೂ ನನ್ನ ಮೇಲೆ ಪ್ರಭಾವ ಬೀರಿತ್ತು. ಇವೆಲ್ಲಕ್ಕಿಂತಲೂ ಮುಖ್ಯವಾಗಿ ನನ್ನ ಬಾಳ ಸಂಗಾತಿ – ಎ. ಎನ್. ಮುಕುಂದ – ನಾಡಿನ ಓರ್ವ ಪ್ರಮುಖ ಸಂವೇದನಾಶೀಲ ಭಾವಚಿತ್ರ ಛಾಯಾಗ್ರಾಹಕರಾಗಿದ್ದು, ನಿರಂತರ ಮೂರು ದಶಕಗಳ ಕಾಲ ಅವರೊಂದಿಗೆ, ಅವರ ಫೋಟೋಗ್ರಫಿಯಲ್ಲಿ ಸಕ್ರಿಯವಾಗಿ ಭಾಗಿಯಾಗುವ ಅವಕಾಶ ನನಗೆ ಸಿಕ್ಕಿತು. ಈ ಮೇಲಿನ ಎಲ್ಲಾ ಸಂಗತಿಗಳೂ ನನ್ನ ಸಂವೇದನೆಯನ್ನು ರೂಪಿಸಿರಬಹುದೆಂದು ನನ್ನ ಊಹೆ.

ಸುಮಾರು ಎರಡು ವರ್ಷದ ಹಿಂದೆ ನಾನೊಂದು ವಿಚಿತ್ರ ಭಾವ ಸ್ಥಿತಿಯಲ್ಲಿದ್ದೆ. ಅದೇಕೋ ಅಲ್ಲಿಯವರೆಗೂ ನನ್ನನ್ನು ಅಷ್ಟಾಗಿ ಬಾಧಿಸದ ಅಸ್ಮಿತೆಯ ಸಮಸ್ಯೆ ತೀವ್ರವಾಗಿ ಕಾಡತೊಡಗಿತ್ತು ನಿರ್ವಾತದ ಅಂಥ ಸ್ಥಿತಿಯಿಂದ ಹೊರಬರುವ ಅನಿವಾರ್ಯತೆಯೇ ನನ್ನನ್ನು ಕಾವ್ಯಲೋಕಕ್ಕೆ ದೂಡಿರಬಹುದೆಂದು ನನ್ನ

ಅನಿಸಿಕೆ. ಮಗುವೊಂದು ನಿಧನಿಧಾನವಾಗಿ ನಡಿಗೆ ಕಲಿಯುವಂತೆ ನನ್ನ ಎರಡು ಸಾಲು, ನಾಲ್ಕು ಸಾಲುಗಳಿಂದ ಕಾವ್ಯಲೋಕಕ್ಕೆ ಅಡಿ ಇಟ್ಟೆ. ಆ ಹಂತದಲ್ಲಿ ನನ್ನ ಮನೆಯವರಿಂದ, ಗೆಳೆಯರಿಂದ ದೊರೆತ ಪ್ರತಿಸ್ಪಂದನೆ ನನ್ನ ಆತ್ಮವಿಶ್ವಾಸವನ್ನು ಹೆಚ್ಚಿಸಿತು. ನಂತರದ ದಿನಗಳಲ್ಲಿ ನಾನು ಬರೆದ ಕವಿತೆಗಳಿಗೆ ದೊರೆತ ಪ್ರತಿಕ್ರಿಯೆ – ಪ್ರತಿಸ್ಪಂದನೆಗಳು ನನಗೆ ಅಪಾರ ಸಂತೋಷವನ್ನು ನೀಡಿದವು. ನನಗೆ ಗೊತ್ತಿಲ್ಲದಂತೆಯೇ ನನಗೊಂದು ಹೊಸ ಅಸ್ಮಿತೆಯೂ ದೊರಕಿತು. ಆದರೂ ಆಳದಲ್ಲಿ, ಈಗಲೂ ನನಗೆ ಕವಿತೆ ಬರೆಯುವುದು ಬಹಳ ದೊಡ್ಡ ಸಂಗತಿಯೆಂದು ಅನಿಸುತ್ತಿಲ್ಲ. ಕವಿತೆಯೊಂದು ಬರೆದಾಗ ಆಗುವಷ್ಟೇ ಸಂತೋಷ, ಬೆರಗು ಇತ್ಯಾದಿ, ದಿನನಿತ್ಯದ ಬದುಕಿನಲ್ಲಿ ತೊಡಗಿಸಿಕೊಂಡಾಗಲೂ ಅನಿರೀಕ್ಷಿತವಾಗಿ ದಕ್ಕುತ್ತಿರುತ್ತದೆ. ಉದಾಹರಣೆಗೆ ಅಡುಗೆ ಮಾಡುವುದು, ಆಪ್ತರೊಂದಿಗೆ ಊಟ, ಹಿತ್ತಲ ತೋಟವನ್ನು ಹಸನು ಮಾಡುವುದು, ಸಂಜೆಗಳಲ್ಲಿ ಕೂಡಿ ನಡೆಯುತ್ತಾ ತರಕಾರಿ, ಹೂವು, ಹಾಲು, ದಿನಸಿ ಮಾರುವವರೊಂದಿಗೆ ಕಷ್ಟ–ಸುಖ ಹಂಚಿಕೊಳ್ಳುವುದು, ಒಬ್ಬಳೇ ನೀರಿಗೆ ಬಿದ್ದು ಮನಸೋಯಿಚ್ಛೆ ಈಜುವುದು, ಸೈಕಲ್ ಏರಿ ಹೊಸ ಹೊಸ ದಾರಿಗಳಲ್ಲಿ ಸುತ್ತುವುದು ಇತ್ಯಾದಿ. ನಾನು ವಿಪುಲವಾಗಿ ಬರೆದವಳಲ್ಲ. ಆಗೊಮ್ಮೆ ಈಗೊಮ್ಮೆ ಬರೆಯುವವರ ಗುಂಪಿಗೆ ಸೇರುವವಳು ನಾನು.

'ಕವಿತೆ' ಹಾಗೆಂದರೇನು?

ನನ್ನ ಮಟ್ಟಿಗೆ Poetry is essentially an attitude, a sensibility...

ನನ್ನ ಆರಂಭದ ದಿನಗಳಲ್ಲಿ ಬರೆದ ಕವಿತೆಯೊಂದು ಹೀಗಿದೆ –

ಎದೆಗಪ್ಪಿ ಜೇನುಣಿಸುವ ತಾಯಿ
ಕುಸುಮ ಪಾದವ ನೇವರಿಸುತ್ತಾ
ಅಂಗಾಲ ಕಚಗುಳಿಸುವಾಗ
ಕೂಸು ಚಣ ದಿಟ್ಟಿಸಿ, ತುಟಿ ಸಡಿಲಿಸಿ
ಹಾಲು ತುಳುಕಿಸಿ ನಕ್ಕು ಮತ್ತೆ
ಮೊಲೆಗೆ ತುಟಿಯುವ ಹೊತ್ತಲ್ಲಿ
ಕವಿತೆ ಹುಟ್ಟಿತು.

ಮೇಲಿನ ಸಾಲುಗಳನ್ನು ಬರೆಯುವಾಗ ಯಾವುದೇ ಪ್ರಜ್ಞಾಪೂರ್ವಕ ಸಿದ್ಧತೆಗಳನ್ನು ನಾನು ಮಾಡಿಕೊಂಡಿರಲಿಲ್ಲ. ಕೆಲವೇ ಕೆಲವು ಕವಿತೆಗಳನ್ನು ಹೊರತುಪಡಿಸಿ, ಇಲ್ಲಿನ ಬಹುತೇಕ ರಚನೆಗಳು ನನ್ನ ಬದುಕಿನ ಅನುಭವಗಳನ್ನು ಆಧರಿಸಿದ್ದೇ ಆಗಿವೆ. ಇದು ನನ್ನ ಮಿತಿಯೂ ಇರಬಹುದೇನೊ. ವಸ್ತುವೊಂದು ಸಹಜವಾಗಿ, ಸರಳವಾಗಿ ಅನಾವರಣಗೊಂಡು ಎಂತಹ ರೂಪ ಪಡೆದುಕೊಳ್ಳಲು ಬಯಸುತ್ತದೆಯೋ ಅದನ್ನು ಹಾಗೆಯೇ ಇರಲು ಬಿಟ್ಟುಬಿಟ್ಟಿದ್ದೇನೆ.

ಕಳೆದೆರಡು ವರ್ಷಗಳಲ್ಲಿ ನಾನು ಬರೆದ ಈ ಕೆಲವು ಕವಿತೆಗಳು ಪ್ರಧಾನವಾಗಿ ಫೇಸ್‌ಬುಕ್ಕಿನಲ್ಲಿ ಹಾಗೂ ಅಂತರ್ಜಾಲ ಪತ್ರಿಕೆಗಳಾದ 'ಅವಧಿ' ಮತ್ತು 'ಕೆಂಡಸಂಪಿಗೆ'ಯಲ್ಲಿ ಪ್ರಕಟವಾಗಿವೆ. 'ವಿಶ್ವವಾಣಿ' ಉಗಾದಿ ವಿಶೇಷಾಂಕದಲ್ಲಿ

ಎರಡು ಕವಿತೆಗಳು ಅಚ್ಚಾಗಿವೆ. ಹಲವಾರು ಕವಿಗೋಷ್ಠಿಗಳಲ್ಲಿ ಇಲ್ಲಿನ ಕೆಲವು ಕವನಗಳನ್ನು ಸಹೃದಯರ ಮುಂದೆ ವಾಚಿಸಿರುತ್ತೇನೆ.

ಒಂದು ರೀತಿಯಲ್ಲಿ ನಾನು ಫೇಸ್‌ಬುಕ್ ಕವಿಯೇ. ಹೀಗೆ ಗುರುತಿಸಿಕೊಳ್ಳಲು ನನಗೆ ಯಾವುದೇ ಹಿಂಜರಿಕೆ ಇಲ್ಲ. ಫೇಸ್‌ಬುಕ್, ಬ್ಲಾಗ್, ಅಂತರ್ಜಾಲ ಪತ್ರಿಕೆ ಇತ್ಯಾದಿಗಳೆಲ್ಲ ಅಭಿವ್ಯಕ್ತಿಯ ಆಧುನಿಕ ಮಾಧ್ಯಮಗಳಷ್ಟೆ. ಕಥೆ, ಕವಿತೆ, ಲೇಖನ ಚೆನ್ನಾಗಿದ್ದರೆ ಅಥವಾ ಚೆನ್ನಾಗಿಲ್ಲದಿದ್ದರೆ ಯಾವ ಮಾಧ್ಯಮದಲ್ಲಿ ಪ್ರಕಟವಾದರೂ ಚೆನ್ನಾಗಿರುತ್ತದೆ ಅಥವಾ ಚೆನ್ನಾಗಿರುವುದಿಲ್ಲ. ಬರಹಗಳು ಯಾವ ಮಾಧ್ಯಮದಲ್ಲಿ ಪ್ರಕಟವಾಗಿವೆ ಎನ್ನುವುದಕ್ಕಿಂತ ಅವು ಓದುಗರ ಮೇಲೆ ಏನು ಪರಿಣಾಮವನ್ನು ಉಂಟುಮಾಡುತ್ತವೆ ಎನ್ನುವುದು ಮುಖ್ಯ ಎಂದು ನಾನು ಭಾವಿಸುತ್ತೇನೆ.

ಕವಿತೆಗಳನ್ನು ನಿಮ್ಮ ಮಡಿಲಿಗಿಟ್ಟಿದ್ದೇನೆ. ನಿಮ್ಮ ಪ್ರತಿಕ್ರಿಯೆ–ಪ್ರತಿಸ್ಪಂದನೆಗಳಿಗಾಗಿ ಆತಂಕದಿಂದ, ಕುತೂಹಲದಿಂದ ಕಾದಿದ್ದೇನೆ.

ಉಮಾ ಮುಕುಂದ

ಕೃತಜ್ಞತೆಗಳು

ಗೆಳೆಯ ಜಿ.ಎನ್. ಮೋಹನ್ ತಮ್ಮ ಅಂತರ್ಜಾಲ ಪತ್ರಿಕೆ 'ಅವಧಿ'ಯಲ್ಲಿ 'Poet of the week' ಅಂಕಣದಲ್ಲಿ ನನ್ನ ಹಲವು ಕವಿತೆಗಳನ್ನು ಮೊದಲ ಬಾರಿಗೆ ಪ್ರಕಟಿಸಿದ್ದಲ್ಲದೆ, ಕಳೆದ ಆರು ತಿಂಗಳಿಂದ ಸತತವಾಗಿ ಪುಸ್ತಕ ತರಲು ಒತ್ತಾಯಿಸುತ್ತಿದ್ದರು. ಈಗ ಅವರದೇ ಪ್ರಕಾಶನ ಸಂಸ್ಥೆಯಾದ 'ಬಹುರೂಪಿ'ಯಿಂದ ಪುಸ್ತಕವನ್ನು ಹೊರತರುತ್ತಿದ್ದಾರೆ. ಮೋಹನ್ ಅವರ ಅಗಾಧ ಉತ್ಸಾಹ, ಸಹನೆ, ಪ್ರೀತಿಗಳಿಗೆ ಹೃತ್ಪೂರ್ವಕ ನಮನಗಳು.

ಹೆಸರಾಂತ ವಿಮರ್ಶಕರಾದ ಡಾ. ಎಚ್. ಎಸ್. ರಾಘವೇಂದ್ರರಾವ್ ತಮ್ಮ ಬಿಡುವಿಲ್ಲದ ಸಾಹಿತ್ಯಿಕ ಚಟುವಟಿಕೆಗಳ ನಡುವೆಯೂ ಅತ್ಯಂತ ಆಪ್ತವಾದ, ಮೌಲಿಕವಾದ ಮುನ್ನುಡಿಯನ್ನು ಬರೆದುಕೊಟ್ಟಿರುತ್ತಾರೆ; ಅವರಿಗೆ ನನ್ನ ಪ್ರೀತಿಪೂರ್ವಕ ಕೃತಜ್ಞತೆಗಳು.

ಮೂರು ದಶಕಗಳಿಂದ ನನ್ನನ್ನು ಬಲ್ಲ ಖ್ಯಾತ ಲೇಖಕಿ, ಹಿರಿಯ ಗೆಳತಿ ಶ್ರೀಮತಿ ವೈದೇಹಿ ಅವರು ಇಲ್ಲಿನ ಕವಿತೆಗಳಿಗೆ ತುಂಬು ಅಂತಃಕರಣದ ಪ್ರತಿಸ್ಪಂದನೆಯನ್ನು ನೀಡಿದ್ದಾರೆ. ಅವರಿಗೆ ನನ್ನ ಗೌರವಪೂರ್ವಕ ನಮನಗಳು.

ನಾಡಿನ ಹಿರಿಯ ಕವಿಗಳಾದ ಡಾ. ಎಚ್. ಎಸ್. ವೆಂಕಟೇಶಮೂರ್ತಿ, ಖ್ಯಾತ ವಿಮರ್ಶಕ ಟಿ. ಪಿ. ಅಶೋಕ ಅವರು ಕವನ ಸಂಕಲನ ಹೊರತರಲು ಅನೇಕ ಬಾರಿ ಒತ್ತಾಯಿಸಿ ಪ್ರೀತಿ ತೋರಿದ್ದಾರೆ. ಇವರಿಗೆ ಹೇಗೆ ಕೃತಜ್ಞತೆ ಹೇಳಬೇಕೋ ಗೊತ್ತಾಗುತ್ತಿಲ್ಲ.

ಆರಂಭದಿಂದಲೂ ನನ್ನ ಕವಿತೆಗಳಿಗೆ ಪ್ರೋತ್ಸಾಹದಾಯಕ ಪ್ರತಿಕ್ರಿಯೆಯನ್ನು ನೀಡುತ್ತಾ ಬಂದಿರುವ ಆತ್ಮೀಯರಾದ ಕೆ. ಸತ್ಯನಾರಾಯಣ, ಮನು ಚಕ್ರವರ್ತಿ, ವಿವೇಕ ಶಾನಭಾಗ ಮತ್ತು ಅನು, ಮುಕುಂದರಾವ್ ಮತ್ತು ರೇಣು, ಗಿರೀಶ್ ಕಾಸರವಳ್ಳಿ, ಕೆ. ವಿ. ಅಕ್ಷರ, ವಸುಧೇಂದ್ರ, ಎಲ್. ಸಿ ಸುಮಿತ್ರಾ, ಆರ್. ವಿಜಯರಾಘವನ್, ಲಲಿತಾ ಸಿದ್ದಬಸವಯ್ಯ, ಗಿರಿಜಾ ಶಾಸ್ತ್ರಿ, ಶರತ್ ಅನಂತಮೂರ್ತಿ, ಅಬ್ದುಲ್ ರಶೀದ್, ರಾಜೇಂದ್ರ ಪ್ರಸಾದ್, ಶಿವಕುಮಾರ್ ಮಾವಲಿ, ರೇಣುಕಾ ಮಂಜುನಾಥ್, ಎ. ಆರ್. ಅನುಪಮಾ, ದೀಪಾ ಮತ್ತು ಗಣೇಶ್ ಅವರಿಗೆಲ್ಲ ಪ್ರೀತಿಯ ನಮನಗಳು.

ಇಲ್ಲಿನ ಅನೇಕ ಕವಿತೆಗಳನ್ನು ಪ್ರಕಟಿಸಿದ 'ಅವಧಿ', 'ಕೆಂಡಸಂಪಿಗೆ', 'ಸಂಕಥನ', ವಿಶ್ವವಾಣಿ ಉಗಾದಿ ವಿಶೇಷಾಂಕ 2017 ಸಂಪಾದಕರಿಗೆ ಅಭಾರಿಯಾಗಿದ್ದೇನೆ.

ಕಳೆದೆರಡು ವರ್ಷಗಳಲ್ಲಿ ಈ ಸಂಕಲನದ ಹಲವಾರು ರಚನೆಗಳನ್ನು ಫೇಸ್‌ಬುಕ್ಕಿನಲ್ಲಿ ಪ್ರಕಟಿಸಿದಾಗ ಓದಿ ಮೆಚ್ಚುಗೆಯ ಪ್ರತಿಕ್ರಿಯೆ ನೀಡಿ, ನನ್ನ ಆತ್ಮವಿಶ್ವಾಸ ಹೆಚ್ಚಿಸಿದ ಎಲ್ಲಾ ಗೆಳೆಯ, ಗೆಳತಿಯರಿಗೆ ತುಂಬು ಹೃದಯದ ಕೃತಜ್ಞತೆಗಳು.

ಕವಿತೆಗಳನ್ನೋದಿ ಪ್ರೀತಿ, ಅಭಿಮಾನದ ಮಾತುಗಳನ್ನಾಡಿದ ನನ್ನೆಲ್ಲಾ ಕುಟುಂಬವರ್ಗದವರಿಗೆ, ಪುಸ್ತಕದ ಪೂರ್ವ ತಯಾರಿಯಲ್ಲಿ ಬೆನ್ನೆಲುಬಾಗಿ ನಿಂತ ಮಗ ಪ್ರತೀಕ್‌ಗೆ ಹೃತ್ಪೂರ್ವಕ ನೆನಕೆಗಳು.

ರೇಖಾ ಚಿತ್ರಗಳ ಮೂಲಕ ಕವಿತೆಯ ಓದಿಗೆ ಹೆಚ್ಚಿನ ಆಯಾಮ ನೀಡಿದ ಯುವ ಕಲಾವಿದ ವೆಂಕಟರಮಣ ಭಟ್ ಅವರಿಗೆ, ಚೆಂದದ ಮುಖ ಪುಟ ವಿನ್ಯಾಸ ಮಾಡಿರುವ ಕಲಾವಿದ ಎಂ. ಆರ್. ಗುರುಪ್ರಸಾದ್ ಅವರಿಗೆ, ಅಂದವಾಗಿ ಮುದ್ರಿಸಿರುವ ಸ್ವಾನ್ ಪ್ರಿಂಟರ್ಸ್‌ನ ಕೃಷ್ಣಮೂರ್ತಿ ಅವರಿಗೆ ಆಭಾರಿಯಾಗಿದ್ದೇನೆ.

ಉಮಾ ಮುಕುಂದ

ಒಳಗು–ಹೊರಗು :
ಬೆರಗು–ಕೊರಗು

ಈ ದಂಪತಿ, ಕೆಲವು ದಶಕಗಳಿಂದ ಕ್ಷಣಗಳನ್ನು ಚಿರಂತನವಾಗಿಸುವ ಕಾಯಕದಲ್ಲಿ ಒಂದುಮನದಿಂದ ತೊಡಗಿಸಿಕೊಂಡವರು. ಫೋಟೋಗ್ರಫಿ ತನ್ನನ್ನು ಬದಿಗಿಟ್ಟು ಅನ್ಯರಲ್ಲಿ ಆಸಕ್ತರಾಗುವ ಬಗೆಗಳನ್ನು ಕಲಿಸಿಕೊಡುತ್ತದೆ. ನನ್ನ ಗೆಳೆಯರಾದ ಮುಕುಂದ ಮತ್ತು ಉಮಾ ಅವರು ಪರಸ್ಪರ ಪೂರಕವಾಗಿ ಬಾಳಹಾದಿಯಲ್ಲಿ ನಡೆಯುತ್ತಲೇ ಅನ್ಯದ ಜೊತೆಗೆ ಸಂಬಂಧದ ಸೇತುವೆಗಳನ್ನು ಕಟ್ಟಿಕೊಂಡವರು. ಇವರಿಬ್ಬರಲ್ಲಿ ಒಬ್ಬರ ಮೌನದಲ್ಲಿ ಅರಿವುಮಾತುಗಳು ತುಂಬಿದ್ದರೆ, ಇನ್ನೊಬ್ಬರ ಮಾತಿನಲ್ಲಿ ಮೌನಿಭಾವಗಳು ತುಂಬಿರುವುದನ್ನು ನಾನು ಹಲವು ಕಾಲದಿಂದ ಗಮನಿಸಿದ್ದೇನೆ. ಈ ಮೌನ ಅಂಟದ ಮೌನವೂ ಅಲ್ಲ. ಅಂಟಿಯೂ ಅಂಟದ ಮೌನವೂ ಅಲ್ಲ. ಅದು ತಾವು ಬೆಳೆಯುವ, ಪರಸ್ಪರ ಬೆಳೆಸುವ ಮೌನ.

ಕ್ಷಮಿಸಿ. ಕವಿತೆಯ ಬಗ್ಗೆ ಬರೆಯಹೊರಟವನು ಕವಿಗಳ ಬಗ್ಗೆ ಬರೆಯತೊಡಗಿದೆ. ಇಲ್ಲಿರುವ ಕವಿತೆಗಳ ಹಿಂದೆ, ಇವರಿಬ್ಬರು ಬದುಕಿದ ಈ ಇಂಥ ಬದುಕು ಕೂಡ ಕಾರಣವೆಂಬ ನನ್ನ ನಂಬಿಕೆ ಇದಕ್ಕೆ ಕಾರಣ. ಏಕೆಂದರೆ, ಇವು ದಾಂಪತ್ಯಗೀತೆಗಳೂ ಹೌದು. ಇವರು ಅದರಾಚೆಗಿನ ಲೋಕವನ್ನು ಕಾಣುವ ಕಂಡಿರುವುದು ಈ ಸಂಬಂಧದ ತಂಗುದಾಣದಿಂದಲೇ. ಉಮಾ ಅವರ ಕವಿತೆಗಳ ಕೆಲವು ವಿಶಿಷ್ಟ ನೆಲೆಗಳನ್ನು ಕಂಡುಕೊಳ್ಳುವುದು ಈ ಬರವಣಿಗೆಯ ಉದ್ದೇಶ.

ಮೊದಲು ಹೊಳೆಯುವುದು ನಿಸರ್ಗಕ್ಕೂ ಈ ಕವಿಗೂ ಇರುವ ನಿಕಟವಾದ ಸಂಬಂಧ. ಬಹುಪಾಲು ಕವಿತೆಗಳು ನಿಸರ್ಗದ ವಿವರಗಳಿಂದ ಇಡಿಕಿರಿದಿವೆ. ಇವರದು ನೆಲ, ನೀರು, ಮಳೆ, ಗಾಳಿ, ಹೂ, ಬೆಳಕು, ಕಳೆಗಳನ್ನು ಮೊದಲು ನೋಡಿ ಅವುಗಳ ಚೌಕಟ್ಟಿನಲ್ಲಿ ಮನುಷ್ಯರನ್ನು ಕೂಡಿಸುವ ಮನೋಧರ್ಮ. ಪ್ರಕೃತಿ ಅವರ ಭಾಷೆಯೂ ಹೌದು, ಪರಿಕರವೂ ಹೌದು. ಅದು ಕೇವಲ ವರ್ಣಿಸುವ ಬಗೆಯಲ್ಲ. ಬದಲಾಗಿ ಅದು 'ಇಬ್ಬನಿಯ ದನಿ' ಮತ್ತು ಎರೆಹುಳುವಿನ ಮಾತನ್ನು ಕೇಳಿಸಿಕೊಳ್ಳಬಲ್ಲ ಸೂಕ್ಷ್ಮ ಸಂವೇದನೆ. ಈ ಸೂಕ್ಷ್ಮತೆಯೇ ಎದೆಬಡಿತಗಳನ್ನು ಕೇಳಿಸಿಕೊಳುವ ತಾಳ್ಮೆಯನ್ನೂ ಕೊಡುತ್ತದೆ. ಜೀವನಕ್ಕೆ ಸಂಬಂಧಿಸಿದ ವಿಷಯವನ್ನು ಹೇಳುವಾಗಲೂ ನಿಸರ್ಗವೇ ಇವರ ನೆರವಿಗೆ ಬರುತ್ತದೆ. ಮಳೆಯು ಬರದ, ಬಂದರೂ ನಿಲ್ಲದ ಅತಿಥಿಯಾಗಿ; ಗಾಳಿಯು ಹೊಸ ಕಾಲದ ಹುಡುಗಿಯರ ದಿಟ್ಟತನ ಹೇಳಲು ನೆರವಾಗಿ; ಕಳೆಕೀಳುವುದು ಸಂಬಂಧಗಳನ್ನು ಕಾಪಿಟ್ಟುಕೊಳ್ಳುವ ರೂಪಕವಾಗಿ ಬಳಕೆಯಾಗುವುದು ಹೀಗೆಯೇ.

ಅಂತೆಯೇ ಇವರ ಕವಿತೆಯು ಗಹನವಾದ ತಾತ್ವಿಕ ಸಂಗತಿಗಳ ಅನುಸಂಧಾನ ಮಾಡುವ ದಿಕ್ಕಿನಲ್ಲಿ ಚಲಿಸುವುದಿಲ್ಲ. ದಿನನಿತ್ಯದ ಬದುಕಿನಲ್ಲಿಯೇ ಮೂಡಿ ಮುಳುಗುವ ತಂಪು, ಬಿಸುಪುಗಳನ್ನು, ಬಯಕೆ–ಭ್ರಮನಿರಸನಗಳನ್ನು ಅನುಭವಿಸುವ ಹಂಚಿಕೊಳ್ಳುವ ಹಂಬಲ ಇವರದು. ಆ ನಿಟ್ಟಿನಲ್ಲಿ ಇವರ ಕವಿತೆ ನರಸಿಂಹಸ್ವಾಮಿಯವರ ಒಂದು ಬಗೆಯ ಕವಿತೆಗಳನ್ನು ನೆನಪಿಗೆ ತರುತ್ತದೆ. ತಮ್ಮ ಸರಳತೆಯಲ್ಲಿ ಮತ್ತು ನಮ್ಮ–ನಿಮ್ಮಂಥ 'ಸಾಮಾನ್ಯ'ರ ಬದುಕಿನ ಬಗ್ಗೆ ಇರುವ ತೀವ್ರವಾದ ಆಸಕ್ತಿಯಲ್ಲಿ. ಅಂಥ ಕಿರುಹಣತೆ ಬೆಳಕಿನಲ್ಲೇ ತಾತ್ವಿಕತೆಯೊಂದು ಸಹಜವಾಗಿಯೇ ಮೂಡಿಬರುತ್ತದೆ. ಅದು 'ಗೃಹಸ್ಥಧರ್ಮದ ಗಂಧ' ತೇಯ್ದು ಸುವಾಸನೆ ಹರಡಿಕೊಳ್ಳುವ ಬಗೆ. ಉದಾಹರಣೆಗೆ,

"ಆರ್ದ್ರತೆ ಆರದಂತೆ ಸಿಡಿದೇಳಬೇಕು.
ಸಂಬಂಧಗಳ ಕಳಚಿಕೊಳ್ಳದೆ
ಬಂಧ ಬಿಡಿಸಿಕೊಳ್ಳಬೇಕು.
ಹೇಗೆ? ಹೇಗೆ?" ('ಬಯಕೆ')

ಇದು ನಮ್ಮೆಲ್ಲರನ್ನೂ ಕಾಡುವ ಪ್ರಶ್ನೆ. ಶಾಶ್ವತ ಸಂಬಂಧದ ಆಕಾಶದಲ್ಲಿ ಸರಸ–ವಿರಸಗಳೆರಡೂ ಬೇರೆ ಬೇರೆ ಬಣ್ಣದ ಮುಗಿಲೆಂಬ ತಿಳಿವಳಿಕೆಯೇ ಪರಿಹಾರವೆಂಬುದನ್ನು ಬೇರಾವುದೋ ಕವಿತೆ ಹೇಳುತ್ತದೆ.

"ಮೊಂಡಾದ ಚಾಕು ಈಳಿಗೆಗೆ
ಸಾಣೆ ಹಿಡಿಯಬೇಕು ಆಗಾಗ್ಗೆ
ಬಿಸುಪು ಕಳೆದುಕೊಳ್ಳುವ
ಸಂಬಂಧಗಳಿಗೂ ಹಾಗೇ." (ಅಡುಗೆಮನೆ ಜಗತ್ತು)

ಆದ್ದರಿಂದಲೇ ಮೇಲುನೋಟಕ್ಕೆ ಬೇರೆಬೇರೆಯೆಂಬಂತೆ ಕಂಡರೂ ಈ ಕವಿತೆಗಳ ನಡುವೆ ಸಂಬಂಧಗಳಿವೆ. ಇಂಥ ಕವಿತೆಗಳಲ್ಲಿ 'ದೈನಂದಿನತೆ' ಮತ್ತು 'ಸರಳತೆ'ಗಳು ಹಾಸುಹೊಕ್ಕಾಗುವುದರಿಂದ ಸಂವಹನವು ಎಂದಿಗೂ ತೊಡಕಾಗುವುದಿಲ್ಲ. ಸವಾಲಾಗ ಬಹುದಾದ ರೂಪಕ, ಪ್ರತಿಮೆಗಳೂ ಎಲ್ಲರ ತೆಕ್ಕೆಗೂ ನಿಲುಕುತ್ತವೆ. ಆದ್ದರಿಂದಲೇ ಈ ಕವಿತೆಗಳು ತನ್ನ ಓದುಗರನ್ನು ಅನಾಯಾಸವಾಗಿ ತಲುಪುತ್ತವೆ. ಇದಕ್ಕೆ ಕಾರಣವೆಂದು 'ಸೋಶಿಯಲ್ ಮೀಡಿಯಾ', 'ಬದಲಾಗುತ್ತಿರುವ ಅಭಿರುಚಿ' ಮುಂತಾದ ಹೊರಗಿನ ಕಾರಣಗಳು ಮಾತ್ರ ಇರುವುದಿಲ್ಲ. ಬದಲಾಗಿ, ಕವಿಯ ಅಂತರಂಗವೇ 'ಇಹದ ತಳಹದಿಯಿಂದ ದಿಟದ ದರ್ಶನ' ಅರಳಬೇಕು ಎಂದು ನಂಬುತ್ತದೆ. ಇಂಥದೊಂದು ಸೆಲೆ ಕನ್ನಡದಲ್ಲಿ ಮೊದಲಿನಿಂದಲೂ ಇದೆ. ಇಲ್ಲಿ ಪ್ರತಿಭಟನೆಯೂ ಮೆಲುದನಿಯದೇ, ಆತ್ಮವಿಮರ್ಶೆಯೂ ಇರುವಂಥದೇ. ಉದಾಹರಣೆಗೆ ಎಕ್ಕುಂಡಿ, ವೈದೇಹಿ, ಸವಿತಾ ನಾಗಭೂಷಣ ಮುಂತಾದ ಕವಿಗಳನ್ನು ಹೆಸರಿಸಬಹುದು.

ಈಗಾಗಲೇ ಹೇಳಿದಂತೆ, ದಾಂಪತ್ಯ ಇವರ ಕವಿತೆಯ ಮೂಲ ನೆಲೆಗಳಲ್ಲಿ ಒಂದು. ಇಲ್ಲಿ 'ನಾವು' ಎಂಬ ಒಂದುತನ ಇರುವಂತೆಯೇ 'ನಾನು' 'ಅವನು' ಎಂಬ ಭಿನ್ನತೆಯೂ ಅರಿವಿಗೆ ಬರುತ್ತಿರುತ್ತದೆ. ಹಳೆಯ ನೆನಪುಗಳು ಸಂಬಂಧವನ್ನು ಪೊರೆಯುವ ಜೀವದ್ರವ್ಯವೆಂಬ ತಿಳಿವಳಿಕೆ ಇರುವುದರಿಂದಲೇ 'ಕಾಫಿ–ಗೀಫೀ'ಗಳ, 'ಬಾದಾಮು ಹಲ್ವ'ಗಳ, ಲಾಲ್‌ಬಾಗಿನಲ್ಲಿ ತೆಗೆದ ಫೋಟೋಗಳ ಮಾತು ಬರುತ್ತದೆ. ಆ

ಜೀವಮೈತ್ರಿ ಈಗಲೂ ಇರುವುದನ್ನು 'ಪುಟ್ಟ ಬಟ್ಟಲಿನಲ್ಲಿ ಫಳಫಳಿಸಿದ ಕಿವಿ ಓಲೆಯ ತಿರುಪು' (ಹೀಗೊಂದು ಬೆಳಗು) ಸ್ಪಷ್ಟಪಡಿಸುತ್ತದೆ. ಆಗಾಗ 'ನಮ್ಮ ನೆನಪುಗಳೇಕೆ ತಾಳೆಯಾಗುತ್ತಿಲ್ಲ?' ಎಂಬ ಪ್ರಶ್ನೆಯೂ ಹುಟ್ಟುತ್ತದೆ. ತೀ.ನಂ.ಶ್ರೀ.ಯವರು ಒಂದು ಕವಿತೆಯಲ್ಲಿ ಹೇಳಿದ ಹಾಗೆ– 'ಒಲವೋ ಹಗೆಯೋ ಯಾವುದಿದು?' ಎಂಬ ಅತಿಗೆ ಕಾರಣವಿಲ್ಲದಿದ್ದರೂ ಕಿಡಿ–ಬೆಳಕುಗಳ ದ್ವಂದ್ವ ಆಗಿಯೇ ಆಗುತ್ತದೆ. ಇಂಥ ಬಿರುಕುಗಳು ಕಂದರವಾಗದಂತೆ ನೋಡಿಕೊಳ್ಳುವ ಹೊಣೆಯನ್ನು ಹೃದಯವಂತಿಕೆಯ, ಕವಿತೆಯ ಮೂಲಕ ಮೂಡುವ ಆತ್ಮವಿಮರ್ಶೆಯೂ ನಿರ್ವಹಿಸುತ್ತದೆ. ಭೂತ, ವರ್ತಮಾನ ಮತ್ತು ಭವಿಷ್ಯಗಳ ಹೆಣಿಗೆಯಾಗಿಯೇ ಬದುಕನ್ನು ನೋಡಲು ಇಲ್ಲಿ ಸಾಧ್ಯವಾಗಿದೆ. ಆದ್ದರಿಂದಲೇ 'ವಾಸನೆ' ಎನ್ನುವ ಕವಿತೆ, ನೆನಪುಗಳ ಸರಮಾಲೆಯನ್ನು ಪೋಣಿಸುತ್ತಾ ಕೊನೆಗೆ–

'ಬಗೆ ಬಗೆವ ವಾಸನೆ
ಪೊರೆದಿದೆ ವರವಾಗಿ
ಸುಡುತಿದೆ ಶಾಪವಾಗಿ
ಮಾಗಿ
ಹದಗೊಂಡ ಬದುಕು
ಉಳಿಸಿಹೋಗುವುದು ನನ್ನದೇ ವಾಸನೆ
ಸಾವಿನಾಚೆಗೂ' (ವಾಸನೆ)

ಎಂದು ಮುಗಿಯುತ್ತದೆ. ಇಂಥ ಬೆಳವಣಿಗೆ ಕಡು ಕಷ್ಟದ ಹಾದಿ. ಏಕೆಂದರೆ ಬೇಡವಾದುದನ್ನು ನೆನಪಿನಲ್ಲಿ ಇಟ್ಟುಕೊಂಡು ಬೇಕಾದ್ದನ್ನು ಮರೆಯುವುದೇ ಮನುಷ್ಯ ಸ್ವಭಾವ.

ಹಾಗೆಯೇ ಉಮಾ ಅವರ ಕವಿತೆಗಳು ಕೇವಲ ಮಾನುಷಿಕ ಮತ್ತು ಕೌಟುಂಬಿಕವಾದ ಕಾರಣಗಳಿಂದ ಪ್ರೇರಿತವಾಗಿ ಅದರಲ್ಲಿಯೇ ವಿರಮಿಸುವುದಿಲ್ಲ. ಅವರ ಕಾಳಜಿಗಳ ವಿಸ್ತರಣದಂತೆ ಸಾಮಾಜಿಕವಾದ ತಲ್ಲಣಗಳ ನಿರೂಪಣೆಯೂ ಆರ್ದ್ರವಾದರೂ ಅಬ್ಬರವಿಲ್ಲದ ಧಾಟಿಯಲ್ಲಿ ಮೂಡಿಬರುತ್ತದೆ. ಇವುಗಳನ್ನು ಮಧ್ಯಮವರ್ಗಕ್ಕೆ ಸಹಜವಾದ 'ತುಟಿಮರುಕ'ವೆಂದು ತಳ್ಳಿಹಾಕುವ ಅಗತ್ಯವೇನೂ ಇಲ್ಲ. ಏಕೆಂದರೆ ಸಾಮಾಜಿಕ ಹೋರಾಟ ಮತ್ತು ಕಾವ್ಯರಚನೆಗಳು ಒಟ್ಟಿಗೆಯೇ ಇರಬೇಕೆಂದು ಹಟಹಿಡಿಯುವುದು ಸಾಧ್ಯವಿಲ್ಲ. ಹೋರಾಟದಲ್ಲಿ ಮಗ್ನರಾಗಿರುವ ಹಲವರಲ್ಲಿಯೂ ಜೀವನಶೈಲಿಯು ಆತ್ಮವಂಚನೆಯಿಂದಲೇ ತುಂಬಿರುತ್ತದೆ. ಅದಿರಲಿ, ಈ ಸಂಕಲನದ ಕೆಲವು ಕವಿತೆಗಳಲ್ಲಿ 'ಮುಬೀನಾ', 'ಪುಟ್ಟಕ್ಕ', 'ಸೊಪ್ಪಿನವಳು'... ಮುಂತಾದವರ ಬವಣೆಗಳ ಬಗ್ಗೆ ಬರುವ ಅನುಕಂಪವು ಮನಮುಟ್ಟುತ್ತದೆ. ಈ ತಿಳಿವಳಿಕೆ ಜಾತಿ–ಮತಗಳಂಥ ಹೆಣ್ಣಿಗೆ ಎಂದೂ ಮುಖ್ಯವೆನಿಸದ ಸಂಗತಿಗಳ ಕಡೆಗೆ ಹೊರಟಾಗ ಮಕ್ಕಳ ವರ್ತನೆಯನ್ನು ಆದರ್ಶವಾಗಿರಿಸಿಕೊಳ್ಳುವ 'ಇರಲಿ ಎಲ್ಲ ಹೀಗೆ ಹೀಗೆ' ಎಂಬ ಸುಂದರ ಕವಿತೆ ಬಂದಿದೆ:

'ಗೋದಲಿಯಾಗಿದೆ ರಟ್ಟಿನ ಪೆಟ್ಟಿಗೆ
ಹುಲ್ಲ ತೊಟ್ಟಿಲಲಿ ಶಿಶು ಏಸು
ಇಟ್ಟಿಗೆ ಜೋಡಿಸಿ ಮಸೀದಿ ಕಟ್ಟಿವೆ
ಹಾಡುತ್ತಿವೆ 'ಅಲ್ಲಾ ಹು ಅಕ್ಬರ್'

ಎಲೆಯ ತೊಟ್ಟಿಲಲಿ ಬೀಜದ ರೊಟ್ಟಿ
ಹೂವಿನೊಬ್ಬಟ್ಟು ಕಲ್ಲೇ ಸ್ವೀಟು
ಉಂಡಾಯಿತು ಮಲಗಾಯಿತು
ಎದ್ದರಾಯಿತು ಹೊಸತೇ ಆಟ.' (ಇರಲಿ ಎಲ್ಲ ಹೀಗೆ ಹೀಗೆ)

– ಎಂಬ ಸಾಲುಗಳು ಮನತಟ್ಟುತ್ತವೆ.

ಹಾಗೆಯೆ, 'ಸೊಪ್ಪಿನವಳು' ಕವಿತೆಯಲ್ಲಿ ಬರುವ 'ಬಳೆಯ ಒಡಕು ನಾದ' ಎಂಬ ಮಾತು ಕವಿಗೆ, 'ಹೆಣ್ಣುಸತ್ವ'ದ ಮತ್ತು ನೋವನ್ನು ಗುರುತಿಸಬಲ್ಲ ಸಂವೇದನೆಗೆ ಮಾತ್ರ ಸಾಧ್ಯ. ಒಡೆದ ಬಳೆಯ ಸದ್ದು ಬೇರೆಯದೇ ಆಗಿರುತ್ತದೆ. ಅದರಲ್ಲಿ ಅಡಗಿರುವ 'ವಿಷಾದ ನಾದ'ವನ್ನು ಕಂಡುಕೊಳ್ಳಲು ಈ ಕವಿಗೆ ಸಾಧ್ಯವಾಗಿದೆ. ಕನಿಕರವೂ ಕವಿತೆಯಾಗುವುದು ಹೀಗೆ.

ಇಷ್ಟೆಲ್ಲ ಹೇಳಿದ ಮೇಲೆಯೂ ಮುಖ್ಯವಾದ ಪ್ರಶ್ನೆ ಹಾಗೆಯೇ ಉಳಿದಿದೆ. ಈ ಆಶಯಗಳು, ಭಾವನೆಗಳು ಮತ್ತು ವಿಚಾರಗಳು ಕವಿತೆಯಾಗುವುದು, ಆಗಿರುವುದು ಹೇಗೆ ಎನ್ನುವುದೇ ಆ ಪ್ರಶ್ನೆ. ಅದು ಭಾಷೆಯನ್ನು ಮಾಧ್ಯಮವಾಗಿ ಬಳಸುವ ಕಲೆಯ ಆಕೃತಿ ವಿಶಿಷ್ಟತೆಗಳ ಪ್ರಶ್ನೆ. ಉಮಾ ಅವರ ಕವಿತೆಗಳು ಸರಳ ಹಾಗೂ ನೇರ ನಿರೂಪಣೆಗಳೆಂದು ತೋರಿದರೂ ಅವುಗಳಲ್ಲಿ ಕವಿತೆಗೆ ಅಗತ್ಯವಾದ ಹಲವು ಗುಣಗಳು ಮನೆಮಾಡಿವೆ. ನಮ್ಮ ಆಲಂಕಾರಿಕರು ಹೇಳಿರುವ 'ಪ್ರಬಂಧಧ್ವನಿ'ಯನ್ನು ಇಲ್ಲಿನ ಹಲವು ಕವಿತೆಗಳಲ್ಲಿ ಕಾಣಬಹುದು. ಎಂದರೆ ಇಡೀ ಕವಿತೆಯನ್ನು ಓದಿ ಮುಗಿಸಿದ ಬಳಿಕ, ಅದು ತನ್ನ ವಾಸ್ತವ ವಿವರಗಳಾಚೆಗೆ ಸೂಚಿಸುವ ಧ್ವನಿಯು ಹೊಳೆಯುತ್ತದೆ. ಮನೆಯ ಹಿಂದಿನ ತೋಟದಲ್ಲಿ ಬೆಳೆಯುವ ಕಳೆಯು ಮನಸ್ಸಿನಲ್ಲಿ ಮೂಡುವ ಕಸರುಗಳಿಗೆ ಧ್ವನಿಯಾಗುವ ಪರಿ ಹೀಗೆ. ಈ ಧ್ವನಿಯನ್ನು ಗ್ರಹಿಸಿದಾಗ ಪ್ರತಿಯೊಂದು ವಿವರಕ್ಕೂ ಭಿನ್ನವಾದ ಅರ್ಥಛಾಯೆಗಳು ಹೊಳೆಯುತ್ತವೆ. ನಮ್ಮೊಳಗೆ ಕವಿತೆಯು ಮರುಹುಟ್ಟು ಪಡೆಯುತ್ತದೆ. 'ಅಡುಗೆಮನೆ ಜಗತ್ತು' ಎಂಬ ಕವಿತೆಯಲ್ಲಿ ಪ್ರತಿಯೊಂದು ಸ್ಟಾಂಜಾ ಕೂಡ ಓದಿದ ಕೂಡಲೇ ತನ್ನ ಧ್ವನಿಯನ್ನು ಬಿಟ್ಟುಕೊಡುತ್ತಾ ಕವಿತೆಯನ್ನು ಬೆಳೆಸುತ್ತದೆ. ಕೊನೆಯಲ್ಲಿ,

'ಸಿಟ್ಟು, ಅಸಹನೆ, ಅತೃಪ್ತಿ ಎಲ್ಲವನ್ನೂ
ಹಿಟ್ಟಿನೊಂದಿಗೆ ಮಿದ್ದು ಮಿದ್ದು
ಲಟ್ಟಿಸಿ ಬೇಯಿಸಿದ ಚಪಾತಿ
ತಿನ್ನಲು ಬಲು ಮೃದು, ಮಧುರ' (ಅಡುಗೆ ಮನೆ ಜಗತ್ತು)

ಎನ್ನುವ ಸಾಲುಗಳಲ್ಲಿ ವ್ಯಂಗ್ಯವಾಗಲಿ, ಕಹಿಯಾಗಲಿ ಇಲ್ಲ. ಒಂದಿಷ್ಟು ವಿಷಾದವಿದೆ. ಕೆಲವು ಸಲ, ಕವಿತೆಯ ಕೊನೆಯ ಸಾಲುಗಳಲ್ಲಿ ಬರುವ ತಿರುವು ಇಡೀ ಕವಿತೆಗೆ ಹೊಸ ಅರ್ಥ ಕೊಡುತ್ತದೆ. ಉದಾಹರಣೆಗೆ, ಮನೆಗೆ ಬಂದ ಅತಿಥಿಯನ್ನು ನಿರ್ಲಕ್ಷಿಸಿ ಕಥೆ ಬರೆಯತೊಡಗಿದ ನಿರೂಪಕಿ, ಆಮೇಲೆ ಹೊರಗೆ ಹೋಗಿ ನೋಡಿದರೆ, ಅತಿಥಿಯೂ ಇರುವುದಿಲ್ಲ, ಒಳಗೆ ಬಂದು ನೋಡಿದರೆ ಕಥೆಯ ಕೊನೆಯ ಸಾಲುಗಳೂ ಕಾಣೆಯಾಗಿರುತ್ತವೆ. ಏಕೆಂದರೆ, ಕವಿಗೆ ಕೊನೆಗೂ ಕಲೆಗಿಂತ ಜೀವನವೇ ಮುಖ್ಯ.

'ಬಾಗಿಲು ಬಂದು
ಮಾಡಿ ಕಥೆ ತೆರೆದರೆ
ಕಡೇ ನಾಲ್ಕು ಸಾಲು
ನಾಪತ್ತೆಯಾಗಿತ್ತು.' (ಕಡೇ ನಾಲ್ಕು ಸಾಲು)

– ಎನ್ನುವ ಮುಕ್ತಾಯ ಅಚ್ಚರಿ ಉಂಟುಮಾಡುತ್ತದೆ.

ಉಮಾ ಅವರು ದಿನನಿತ್ಯದ ಆಡುಮಾತಿನ ಕನ್ನಡವನ್ನು ಕಿವಿಯಾರೆ ಕೇಳಿಸಿಕೊಂಡವರು. ಅದು ಭೌಗೋಳಿಕ ಉಪಭಾಷೆಯೂ ಅಲ್ಲ, ಯಾವುದೋ ಸಮುದಾಯದ ಆಡುನುಡಿಯೂ ಅಲ್ಲ. ಗದ್ಯದೊಳಗಿರುವ ಲಯವು ಛಂದಸ್ಸಿನಿಂದ ಬದ್ಧವಲ್ಲದಿದ್ದರೂ ಅದಕ್ಕೆ ಅದರದೇ ಚೆಲುವಿದೆ. ನಮ್ಮದೇ ಮಾತನ್ನು ತಾನು ಕೇಳಿಸಿಕೊಂಡು, ಕೊಂಚ ಮರುಜೋಡಿಸಿ, ಅದರ ಒಡಲಿನಲ್ಲಿ ಕವಿತೆಯನ್ನು ತುಂಬುವ ಕೆಲಸವನ್ನು ಇವರು ಬಹಳ ಚೆನ್ನಾಗಿ ಮಾಡಿದ್ದಾರೆ. ಹಾಗೆ ನೋಡಿದರೆ, ಇವು 'ಹೇಳುವ', 'ಕೇಳಿಸಿಕೊಳ್ಳುವ' ಕವಿತೆಗಳು. ಇವು ಈ ಕವಿ ತನಗೇ ಪಿಸುಗುಟ್ಟಿಕೊಂಡಿರುವ ಮೆಲುದನಿಯ ಮಾತುಗಳು. ಕೇಳುವವರನ್ನು ಒಂದಷ್ಟು ಹೊತ್ತು ಒಳಗೆ ತೆಗೆದುಕೊಳ್ಳುತ್ತಾರೆ, ಅಷ್ಟೆ. ಆದ್ದರಿಂದಲೇ ಇಲ್ಲಿ ವೈಭವದ ಮಾತುಗಳಿಲ್ಲ; ಆಡಂಬರವಿಲ್ಲ. ಇವುಗಳಿಗೂ ಹಾಡುಗಳಿಗೂ ಬಲು ದೂರ. ಇವು ಕನ್ನಡಕಾವ್ಯ ಪರಂಪರೆಯ ಛಂದೋಪರಂಪರೆಯ ನಿಕಟವಾದ ಮೂಡಿದ ಕವಿತೆಗಳೇನೂ ಅಲ್ಲ. ಅಥವಾ ನಿಗೂಢವಾದ, ಸಂಕೀರ್ಣವಾದ, ಒಳಮನದಿಂದಲೇ ಬೆಡಗಾಗಿ, ಬೆರಗಾಗಿ ಮೂಡಿಬರುವ ಕವಿತೆಗಳನ್ನು ಇವರು ಬರೆದಿಲ್ಲ. ಎರಡು ಪುಟಗಳಿಗಿಂತ ದೀರ್ಘವಾದ ತೊಡಗುವಿಕೆಯು ಇವರಿಗೆ ಇನ್ನೂ ಸಿದ್ಧಿಸಿಲ್ಲ. ನಿಜಕ್ಕೂ ನಾನು ಮಾವಿನ ಮರದಲ್ಲಿ ಬಾಳೆಯ ಹಣ್ಣುಗಳನ್ನು ಕೇಳುತ್ತಿಲ್ಲ. ಬದಲಾಗಿ ಇವರು ತಮ್ಮ ಕವಿತೆಯ ಪರಿಧಿಯನ್ನು ಹಿಗ್ಗಿಸಿಕೊಳ್ಳುವ ಬಗೆಗಳನ್ನು ಕುರಿತು ಗಟ್ಟಿಯಾಗಿ ಆಲೋಚನೆ ಮಾಡುತ್ತಿದ್ದೇನೆ. ಕೇವಲ ಎರಡು–ಮೂರು ವರ್ಷಗಳ ಹಿಂದೆ ಒಂದು ಕವಿತೆಯನ್ನೂ ಬರೆಯದ ಉಮಾ ಈಗ ಇಷ್ಟೊಂದು ಇಷ್ಟು ಚೆಂದದ ಕವಿತೆಗಳನ್ನು ಬರೆದಿದ್ದಾರೆ. ಇನ್ನೆರಡು ವರ್ಷಗಳ ನಂತರ ಇನ್ನಷ್ಟು ಹರಹಿನ, ಇನ್ನಷ್ಟು ಆಯಾಮಗಳ ಕವಿತೆಗಳನ್ನು ಅವರು ಬರೆಯುವರೆಂಬ ನಂಬಿಕೆ ನನಗಿದೆ. ಕೊನೆಗೂ ಕವಿತೆಯ ವೀಣೆಗೆ ಹಲವು ತಂತಿಗಳಿವೆ. ನನ್ನ ಪ್ರೀತಿಯ ಕವಿ ಕೆ. ಎಸ್. ನರಸಿಂಹಸ್ವಾಮಿಯವರ ಕೊನೆಕೊನೆಯ ಕವಿತೆಗಳನ್ನು ನೆನಪಿಗೆ ತರುವಂತೆ ಬರೆಯುವ ಕವಿ ಇವರು ಇನ್ನೂ ಅನೇಕ ಅದೃಶ್ಯಲೋಕದ, ಅನೂಹ್ಯರೂಪದ, ಅನಂತಕಾಲದ ಕವಿತೆಗಳನ್ನು ಕಂಡುಕೊಳ್ಳಲಿ ಎನ್ನುವುದು ನನ್ನ ಹಂಬಲ, ಹಾರೈಕೆ.

ನಿಜಕ್ಕೂ ಇವರ ಕವಿತೆ ಯಾರ ಮುನ್ನುಡಿಯನ್ನೂ ಬಯಸುವುದಿಲ್ಲ. ಇವು ಓದುಗರೆಡೆಗೆ ಬರುವಾಗ ಸಿಂಗರದ ಹೊರೆಯನ್ನು ಕಳಚಿಕೊಂಡು ಬರುತ್ತವೆ. ಆದರೂ ನನ್ನನ್ನು ಕೇಳಿರುವ ಉಮಾ ಅವರ ಪ್ರೀತಿ, ವಿಶ್ವಾಸಗಳಿಗೆ ನಾನು 'ಶರಣು' ಎನ್ನುತ್ತೇನೆ. ಅವರಿಗೆ ಶರಣೆಂದರೆ ಅವರ ಸಂಗಾತಿಯಾದ ಇನ್ನೊಬ್ಬ ಕಲಾವಿದ ಮುಕುಂದ ಅವರಿಗೂ ವಂದನೆ ಹೇಳಿದಂತೆಯೇ...

ಎಚ್. ಎಸ್. ರಾಘವೇಂದ್ರ ರಾವ್

ಸಾಲು ಸಾಲುಗಳು...

ಹಿತ್ತಲು

ನಮ್ಮ ಸರಸ–ಸಲ್ಲಾಪಕ್ಕೆ
ಉಕ್ಕಿ ಹರಿಯುವ ಪ್ರೀತಿಗೆ
ಸಿಟ್ಟು ಸೆಡವಿಗೆ
ದುಃಖ ದುಮ್ಮಾನಕ್ಕೆ
ಸಾಕ್ಷಿಯಾಗಿದೆ
ಈ ನಮ್ಮ ಹಿತ್ತಲು.

ಅಲ್ಲಿ ಮಲ್ಲಿಗೆಯ ಕಂಪು
ಕರವೀರದ ಕೆಂಪು
ಮಾವು ವೀಳೆಯದ ಹಂಬು
ತೊನೆದು ತೂಗುವ ತೆಂಗು

ದಿನದಿನವೂ ನೀರುಣಿಸಿ ನೇವರಿಸಿ
ಖುಷಿ ಕೊಟ್ಟು ಪಡೆಯುತ್ತೇವೆ
ಇದರ ಜೊತೆಗೆ ಸದ್ದಿಲ್ಲದೇ
ಬೆಳೆದುಬಿಡುತ್ತದೆ ಮುಳ್ಳು ಕಳೆ ಹುಲ್ಲು

ಆಗ ನಾವು ಕಳೆ ಕೀಳುವ
ಕಾಯಕಕ್ಕಿಳಿಯುತ್ತೇವೆ

ಬೆಳ್ಳಂಬೆಳಗ್ಗೆ ಒಣ ಮಣ್ಣಿಗೆ
ಸಣ್ಣಗೆ ನೀರು ಹನಿಸಿ
ತಕ್ಕಷ್ಟು ತೇವವುಂಡು
ನೆಲ ಹದಕ್ಕೆ ಬಂದ ಮೇಲೆ
ಒಂದು ಬದಿಯಿಂದ ಅವನು
ಇನ್ನೊಂದು ಬದಿಯಿಂದ ನಾನು
ಹೆಬ್ಬೆರಳು ತೋರುಬೆರಳಿಂದ
ಕಳೆ ತೆಗೆಯಲು ಶುರುಮಾಡುತ್ತೇವೆ
ಸಂದುಗೊಂದಿನದನ್ನು ಬಲವಾಗಿ,
ಕೆಲವನ್ನು ಮೆದುವಾಗಿ ನಿಧನಿಧಾನ
ಒಂದೊಂದೇ ಒಂದೊಂದೇ
ಕಿತ್ತೊಗೆದಂತೆ
ನಾವಿಬ್ಬರೂ ಹತ್ತಿರ
ಹತ್ತಿರವಾಗುತ್ತಾ
ನಮ್ಮಿಬ್ಬರ ಕೈಬೆರಳು
ತಂತಾನೇ ಬೆಸೆದುಕೊಳ್ಳುತ್ತವೆ
ಅಂಗೈಯ ಬಿಸುಪು ಮತ್ತೆ
ಎದೆಯನ್ನು ಬೆಚ್ಚಗಾಗಿಸುತ್ತದೆ.

ಕಡೇ ನಾಲ್ಕು ಸಾಲು

ಸುಡು ಬಿಸಿಲ ಹೊತ್ತು
ಕರೆಗಂಟೆಯ ಸದ್ದು

ಕಥೆ ಮುಗಿಯಲು ಇನ್ನು ನಾಲ್ಕೇ ಸಾಲು.
ಮುಗಿಸಿಯೇ ತೆರೆದು ಬಾಗಿಲು
ನೋಡಿದರೆ ಬಂದವರು ತಿರುಗಿ
ನಡೆದಾಯ್ತು.

ನೆರೆಮನೆಯವರಂತಯೇ
ಇರುವ ಅಪರಿಚಿತರು
ಮರೆಯಾಗುವವರೆಗೆ
ನೋಡುತ್ತಾ ನಿಂತೆ

ಬಂದವರು ಯಾರು?
ಯಾಕಾಗಿ ಬಂದರು?

ಪೋರ್ಚ್‌ನಲ್ಲಿ ನಿಂತ ಕಾರು
ತೆರೆಯದ ಬಾಗಿಲು
ಏನೆಂದುಕೊಂಡರವರು?

ಕೂಗಬೇಕಿತ್ತು
ಕರೆಯಬೇಕಿತ್ತು
ಆಸರಿಕೆಗೆ ಕೊಟ್ಟು
ಕೂತು ಮಾತು
ಕೇಳಬೇಕಿತ್ತು

ಬಾಗಿಲು ಬಂದು
ಮಾಡಿ ಕಥೆ ತೆರೆದರೆ
ಕಡೇ ನಾಲ್ಕು ಸಾಲು
ನಾಪತ್ತೆಯಾಗಿತ್ತು.

ಬದಲಾಗುವುದೆಂದರೆ...

ಸಂಜೆ ಮನೆಯಿಂದ ಹೊರಬಂದು
ನಡೆಯುತ್ತಾ ನಡೆಯುತ್ತಾ ನೋಡುತ್ತೇನೆ
ಅದೆಷ್ಟು ಜನ ಕಾಣಿಸುತ್ತಾರೆ
ಥೇಟ್ ನನ್ನಂತೆಯೇ!

ಹೆಗಲಿಗೊಂದು ಚೀಲ ತಗುಲಿಸಿಕೊಂಡ
ಓಡು ನಡಿಗೆಯ ಅವಳು
ಮೇಲುದೆಯನ್ನು ಜಗ್ಗಿ ಜಗ್ಗಿ
ಸರಿಪಡಿಸಿಕೊಳ್ಳುತ್ತಿದ್ದಾಳೆ
ಥೇಟ್ ನನ್ನಂತೆಯೇ...

ಬೀದಿಗೆ ಮುಖ ಮಾಡಿದ ಶಿವನ
ಗುಡಿಯೆದುರು ನಿಂತವಳು
ಬಿರಬಿರನೆ ಪ್ರದಕ್ಷಿಣೆ ಹಾಕಿ
ಕಣ್ಮುಚ್ಚಿ ಕೈ ಮುಗಿಯುತ್ತಿದ್ದಾಳೆ
ಥೇಟ್ ನನ್ನಂತೆಯೇ...

ಸೊಪ್ಪಿನ ಗಾಡಿಯೆದುರು ನಿಂತವಳು
ಒಂದೇ ಒಂದು ದಪ್ಪ ಕಟ್ಟಿನ ಸೊಪ್ಪಿಗೆ
ಗುಡ್ಡೆಯೆಲ್ಲಾ ಕೆದಕಿ ಕಲ್ಲಾಬಿಲ್ಲಿ
ಮಾಡುತ್ತಿದ್ದಾಳೆ
ಥೇಟ್ ನನ್ನಂತೆಯೇ...

ಹತ್ತು ರುಪಾಯಿಗೆ ಮೂರು
ನಿಂಬೇ ಕೊಳ್ಳಲು ಇನ್ನೊಬ್ಬಳು
ಕುಕ್ಕುರುಗಾಲಲ್ಲಿ ಕೂತು
ಬುಟ್ಟಿಯೆಲ್ಲಾ ಬೆದಕುತ್ತಿದ್ದಾಳೆ
ಥೇಟ್ ನನ್ನಂತೆಯೇ...

ಕೊಂಡ ಅರ್ಧ ಕೇಜಿ ಟೊಮ್ಯಾಟೊ
ಇನ್ನೇನು ಚೀಲಕ್ಕೆ ಬೀಳುವಷ್ಟರಲ್ಲಿ
ಟಪಕ್ಕನೆ ಇನ್ನೊಂದನ್ನು
ಸೇರಿಸಿ ಬೀಗುತ್ತಾಳೆ ಮತ್ತೊಬ್ಬಳು
ಥೇಟ್ ನನ್ನಂತೆಯೇ...

ಮಾವಿನಹಣ್ಣಿ ಗೋಪುರದಲ್ಲಿ
ಚೆಂದ ಕಂಡ ಕಡೇ ಸಾಲಿಗೆ
ಕೈಹಾಕಿ ತುಪು ತುಪು ಬೀಳಿಸಿ
ಕಣ್ ಕಣ್ ಬಿಡುತ್ತಾಳೆ ಇನ್ನೊಬ್ಬಳು
ಥೇಟ್ ನನ್ನಂತೆಯೇ...

ನಾಳೆಯ ದೇವರ ಪೂಜೆಗೆ ಎರಡು
ಮೊಳ ಮಲ್ಲಿಗೆ ಕೊಳ್ಳುವವಳು
ಹೂವಿನವಳ ಮೊಣಕೈಯನ್ನೇ
ಬಿಟ್ಟ ಕಣ್ಣಿಂದ ದಿಟ್ಟಿಸುತ್ತಿದ್ದಾಳೆ
ಥೇಟ್ ನನ್ನಂತೆಯೇ...

ಪಕ್ಕದ ರಸ್ತೆಗೆ ಹೊರಳಿ ಮಾಲ್ ಬಳಿ ಬಂದರೆ
ಜೀನ್ಸ್ ಚೆಡ್ಡಿ ಸ್ಲೀವ್‌ಲೆಸ್ ಟಾಪಿನ ಧಡೂತಿ ಹೆಂಗಸು
ಬಿಂದಾಸಾಗಿ ಸಿಗರೇಟ್ ಎಳೆಯುತ್ತಾ
ಮೊಬೈಲ್‌ನಲ್ಲಿ ಮುಳುಗಿ ಜಗವನ್ನೇ ಮರೆತಿದ್ದಾಳೆ!

ಎಂಥದೋ ಗಾಳಿಯೊಂದು
ಮೈ ಹೊಕ್ಕಂತಾಗಿ ಒಬ್ಬಳೇ
ಮೊದಲ ಬಾರಿಗೆ ಪಕ್ಕದ
ಕಾಫಿ ಕೆಫೆಗೆ ನುಗ್ಗಿ
ಕುರ್ಚಿ ಎಳೆದು ಕೂತು
ಕೆಪುಚಿನೊ ತರಹೇಳುತ್ತೇನೆ
ಎರಡೇ ನಿಮಿಷಕ್ಕೆ ಮತ್ತೆ
ಕರೆದು ನನ್ನ ನೆಚ್ಚಿನ
ಫಿಲ್ಟರ್ ಕಾಫಿಗೆ ಆರ್ಡರ್
ಬದಲಾಯಿಸುತ್ತೇನೆ.

ಸೊಪ್ಪಿನವಳು

ನಟ್ಟ ನಡುಹಗಲು
ಹೊತ್ತು ಮಾರುವ ಸೊಪ್ಪಿನವಳು
ಎದೆಯ ನೋವೆಲ್ಲ ಗಂಟಲಿಗೆ ಬಂದಂತೆ
ಕೂಗೇ ಕೂಗುವಳು 'ಸೊಪ್ಪಮ್ಮೋ ಸೊಪ್ಪು...'

ಶಬ್ದಗಳ ನಡುವೊಂದು ನಿಶ್ಶಬ್ದ
ಮತ್ತೆ ಒತ್ತರಿಸಿ ಬರುವ ಕೂಗು
'ಸೊಪ್ಪಮ್ಮೋ... ಸೊಪ್ಪು...'
ನನ್ನೇ ಕರೆದಂತಾಗಿ ಹೊರಬಂದು ನೋಡಿದೆ
ಬೆವರಿದ, ಮೈ ಕೆದರಿದ ಕೂದಲು
ಹಣೆಯ ಮೇಲೊಂದು ಹಸಿ ಗಾಯ
ಕೈಕೊಟ್ಟು ಬುಟ್ಟಿ ಇಳಿಸುವಾಗ
ಕೇಳಿದ್ದು ಬಳೆಯ ಒಡಕು ನಾದ

ಅಂಗಳದ ನೆರಳಲ್ಲಿ
ಅರೆ ಗಳಿಗೆ ಕುಳಿತು
ತಂಬಿಗೆಯಷ್ಟೂ ನೀರ ಕುಡಿದು
ಸೊಂಟದ ಸಂಚಿ ಬಿಡಿಸಿ
ಕಟುಮ್ಮನೆ ಅಡಿಕೆ ಜಗಿದು
ಸೊರಗಿ ಸೊಪ್ಪಾದ ಎಲೆಗೆ
ಸುಣ್ಣ ಸವರಿ ಮೆಲ್ಲುತ್ತಿದ್ದವಳ
'ಏನದು ಗಾಯ?' ಕೇಳಿದ್ದಕ್ಕೆ
ಕೆಂಪು ತುಟಿಯರಳಿಸಿ
ಸುಮ್ಮನೆ ನಕ್ಕು
ಸೊಪ್ಪಿನ ಕಟ್ಟು ಮಡಿಲಲಿಟ್ಟು
ಕೊಟ್ಟ ಕಾಸು ಪಡೆದು
ಪ್ರಶ್ನೆಗಳ ಹಾಗೆಯೇ ಉಳಿಸಿ
ನಡೆದೇ ಬಿಟ್ಟಳು ಬುಟ್ಟಿ ಹೊತ್ತು

ಪೆಚ್ಚಾಗಿ ನಿಂತವಳು ಎಚ್ಚರಾಗಿ
ಒಳಗೆ ಬಂದು ಬಾಗಿಲು ಹಾಕಿದರೆ
ಅವಳ ನಗೆಯ ಘಮಲು ಹೊದ್ದ ಸೊಪ್ಪಿಗೆ
ದಟ್ಟ ನೋವಿನ ವಾಸನೆ.

ಇರಲಿ, ಎಲ್ಲ ಹೀಗೆ ಹೀಗೆ...

ಚಳಿಚಳಿಸುವ ಸಂಜೆಗಳಲಿ
ಫಳಿಫಳಿಸಿವೆ ಮಕ್ಕಳು
ಕೊಯ್ಯುತ್ತಿವೆ ಮೊಗ್ಗು, ಹೂವು
ಚಿವುಟುತ್ತಿವೆ ಹಸಿರು, ಚಿಗುರು
ಅಂಗಳ ತುಂಬೆಲ್ಲ ಕಲ್ಲು, ಮರಳು
ಕಟ್ಟುತ್ತಿವೆ ಚಾಮುಂಡಿ ಬೆಟ್ಟ
ಕರಟದಲಿ ಕಾವೇರಿ ನೀರು
ಗೋದಲಿಯಾಗಿದೆ ರಟ್ಟಿನ ಪೆಟ್ಟಿಗೆ
ಹುಲ್ಲ ತೊಟ್ಟಿಲಲಿ ಶಿಶು ಏಸು
ಇಟ್ಟಿಗೆ ಜೋಡಿಸಿ ಮಸೀದಿ ಕಟ್ಟಿವೆ
ಹಾಡುತ್ತಿವೆ 'ಅಲ್ಲಾ... ಹು... ಅಕ್ಬರ್'
ಎಲೆಯ ತಟ್ಟೆಯಲಿ ಬೀಜದ ರೊಟ್ಟಿ
ಹೂವಿನೊಬ್ಬಟ್ಟು, ಕಲ್ಲೇ ಸ್ವೀಟು
ಉಂಡಾಯಿತು, ಮಲಗಾಯಿತು
ಎದ್ದರಾಯಿತು ಹೊಸತೇ ಆಟ...

ಕತ್ತಲಾವರಿಸುತಿದೆ
ಕೇಳುತಿದೆ ತಾಯಂದಿರ ಕೂಗು
'ರೀತು...ನೀತು...'
'ರಶೀದ್... ಜೂಡಿತ್...'
ಬಿಟ್ಹೋಡಿವೆ ಎಲ್ಲ ಹಾಗೆ ಹಾಗೆ...
ಗುಡಿಸ ಬೇಕೆನಿಸುವುದಿಲ್ಲ

ಇರಲಿ ಇಳೆಯೆಲ್ಲ ಹೀಗೆ ಹೀಗೆ...

ಪುಟ್ಟಕ್ಕನ ಓಲೆ

'ಅಕ್ಕಾ... ಈ ಓಲೆ ನೋಡಿ...
ಸೇಟೂ ಅಂಗಡಿಯಲ್ಲಿ
ಚೀಟಿ ಹಾಕಿ ಕೊಂಡೆ', ಎಂದು
ಮುಖ ಓರೆ ಮಾಡಿದಾಗ, ನಾನು
'ಓ... ಎಷ್ಟು ಚಂದ...' ಎಂದದ್ದು
ಹೊಳೆಯುವ ಅವಳ ಕಣ್ಣನ್ನು
ಎಂದವಳಿಗೆ ತಿಳಿಯಲಿಲ್ಲ.

ಬಿಟ್ಟು ಹೋದ ಗಂಡನ ಬಗ್ಗೆ
ಕೆಟ್ಟ ಮಾತಾಡದೆ
ಹುಟ್ಟಿದೆರಡು ಮಕ್ಕಳಿಗಾಗಿ
ಎಂಟು ಮನೆ ಕೆಲಸಮಾಡಿ
ಕೊಟ್ಟ ತಿನಿಸ ಕಟ್ಟಿಕೊಂಡು
ಮುಚ್ಚಟೆಯಾಗಿ ಬದುಕುವ
ಮೂವತ್ತರ ಕಪ್ಪು ಚೆಲುವೆ
ಪುಟ್ಟಕ್ಕನೆಂಬೋ ಈ ವಿಶ್ವ ಸುಂದರಿ
ನನಗೊಂದು ಅಚ್ಚರಿ.

ಮಾರನೇ ದಿನವೇ ಖಾಲಿ ಕಿವಿ!
ಕಂಡು ತಳಮಳಿಸಿ ಕೇಳಿದರೆ
'ಮುಚ್ಚಿಟ್ಟಿದ್ದೀನಿ ಪೆಟ್ಟಿಗೆಯಲ್ಲಿ
ಮಗಳ ಮದುವೆಗೆ' ಎಂದವಳ
ಕಣ್ಣಲ್ಲಿ ಮತ್ತದೇ ಹೊಳಪು!

ಅವಳು – ಇವಳು

ಬಂದವರನ್ನು ಬೀಳ್ಕೊಟ್ಟು ಬಾಗಿಲಲ್ಲಿ ನಿಂತ್ರೆ
ಶುರುವಾಗುತ್ತದೆ ತನಿಖೆ!

ಮಾತು ಬಹಳ ಜೋರಿದ್ದ ಹಾಗಿತ್ತು
ಯಾರೋ ಅವರು?
ಅವಳಿಗೆ ನಾನು ಸಮಜಾಯಿಷಿ ಕೊಡಬೇಕು
ಏ... ಬಿಟ್ಹಾಕು.

ಮತ್ತೆ... ಬೆಳಗ್ಗೆ ಪೂಜೆಗೆ ನಿಮ್ಮನೆ
ಪಾರಿಜಾತ ಆರಿಸುವಾಗ
ಕಿಟಕಿಯಿಂದ ಸಿಗರೇಟು ವಾಸನೆ ಛೀ...
ನಿಮ್ಮವರೂ ಊರಲ್ಲಿಲ್ಲ...

ಯಾಕೆ ಬೇಕು ಅವಳಿಗೆ?
ಏ... ಬಿಟ್ಹಾಕು ಅಂದೆನಲ್ಲ...
ಈ ನಡುವೆ ಪ್ಯಾಂಟೂ, ಸ್ಕರ್ಟೂ...
ನಿಮಗೇನಿದ್ರೂ ಸೀರೇನೆ ಸರಿ.
ನನಗ್ಯಾವುದು ಸರಿಯೆಂದು ಚೆನ್ನಾಗಿ ಗೊತ್ತು ಅವಳಿಗೆ!!

ಬೋಳು ಕೊರಳು... ಸರ ಎಲ್ಲಿ?
ನನ್ನಳಲೆಂದೂ ಕಾಣದವಳಿಗೆ
ನನ್ನ ಕೊರಳು ಕಾಡುವುದೇಕೊ?

ಏನಾಗಿದೆ ಇವತ್ತು? ನಿಂಗೆ ಬೇಕಾದ್ಹಾಗಿರೂ...

ನಿನ್ನೆ ರಾತ್ರಿ ಹತ್ತರ ಸುಮಾರು
ಒಬ್ರೇ ಎಲ್ಲೋ ಹೋಗ್ತಿದ್ರಿ... ಕಾರಲ್ಲಿ...
ಮನೆಯವರು ಊರಲ್ಲಿಲ್ಲ...!
'ಹೆ ಹೆ ಸುಮ್ನೇ ಕೇಳ್ದೆ'
ಅಂತ ಹಲ್ಕಿರೀತಾಳೆ ಕಣೆ...

'ಆ... ಏನಂದೆ?'
ಕೇಳಿದಳು ಇವಳು...
ಜೀವದ ಗೆಳತಿ!!

ತುಂಟಾಟ

ಇಂಥದೇ ಆಷಾಡದ ಒಂದು ಬೆಳಗು
ಮತ್ತೆ ಶುರುವಾದ ಶಾಲೆ
ಸ್ಕರ್ಟ್ ಮೇಲೊಂದು ಬ್ಲೌಸು
ಶೂಸು, ಸಾಕ್ಸು ಧರಿಸಿ
ಮಡಿಚಿ ಕಟ್ಟಿದ ಎರಡು ಜಡೆಗೂ
ಕಮಾನಾಗಿ ಮಲ್ಲಿಗೆ ಮುಡಿದು
ಪಾಟಿ ಚೀಲ ಹೆಗಲಿಗೇರಿಸಿ
ರೈಲ್ವೆ ಹಳಿಗಳಗುಂಟ
ಖುಲ್ಲ ನಡೆಯುವಾಗ
ಆಗಷ್ಟೇ ಅರಳುತ್ತಿದ್ದ ಮೈಸಿರಿಗೆ
ಒಳಗೊಳಗೇ ಬೆರಗು, ಭಯ
ಭರ್ರನೆ ಬಂದೇ ಬಿಟ್ಟ ತುಂಟ
ಮೇಲ್ಮುಖವಾಗುತ್ತಿದ್ದ ಸ್ಕರ್ಟು
ಗಾಬರಿಯಿಂದ ಅತ್ತಿತ್ತ ನೋಡಿ
ಸಧ್ಯ, ಯಾರೂ ಇಲ್ಲ
ಎಂದುಕೊಳ್ಳುವಷ್ಟರಲ್ಲೇ
ಮತ್ತದೇ ತುಂಟಾಟ

ವರುಷಗಳುರುಳಿ
ಸ್ಕರ್ಟ್ ಬದಲು ಇನ್ನೇನೆಲ್ಲಾ ಬಂದರೂ
ನಿಂತಿಲ್ಲ ಇವನ ತುಂಟಾಟ
ಆದರೇನು ಈಗಿನ ಪೋರಿಯರು
ಇವನಿಗೆ ಸೊಪ್ಪು ಹಾಕುವುದಿಲ್ಲ

ಸಟಸಟನೆ ನಡೆಯುತ್ತಿದ್ದಾರೆ
ತಲೆಯೆತ್ತಿ ಎದೆ ಸೆಟಸಿ ಮುಂದೆ ಮುಂದೆ
ಇವನ ಹಾರಾಟ ಅವರ ನಡೆವಾಟ
ನೋಡುತ್ತ ನಾನಿಂದು ಬೆರಗಾಗಿದ್ದೇನೆ

ಹಸಿವು

ಹಗಲೆಲ್ಲ ಅಲೆದೂ
ಎಂದಿನಂತೆ ಇಂದೂ
ಸಿಗಲಿಲ್ಲ ಕೂಲಿ
ಡಬ್ಬವೂ ಖಾಲಿ
ಇರುವೊಂದು ಮುದ್ದೆಗೆ
ಉಪ್ಪು ನೀರು ಚಿಮುಕಿಸಿ
ಮೆದುವಾಗಿ ಕಲೆಸಿ
ಚಾಚಿದೆರಡು ಕೈಗಳಿಗೂ
ತುತ್ತು ಮಾಡಿ ಕೊಟ್ಟಳು
ಚಾಚಿಯೇ ಇದ್ದ ಕೈಗಳ
ತಟ್ಟೆಯಲ್ಲೇ ತೊಳೆಸಿ
ನೀರನಷ್ಟೂ ಸುರುವಿಕೊಂಡು
ಹೊಟ್ಟೆ ತುಂಬ ಕುಡಿದಳು.

ಚಿಂದಿ ಹಾಸಿ ಹಸಿವ ಮರೆಸಿ
ತಟ್ಟಿ ತಟ್ಟಿ ಲಾಲಿ ಹಾಡಿ
ಬೆಟ್ಟ ಕಣಿವೆ ಕಡಲು ಮುಗಿಲು
ಹೂವು ಹೊನಲು ಹಕ್ಕಿ ಕುಕಿಲು
ಬಾಡಿನೂಟ ಬಣ್ಣದರಿವೆ
ಪದಗಳಲ್ಲೆ ಹೆಣೆದು ಹೊದಿಸಿ
ಕನಸ ಕದವ ತೆರೆದಳು

ಕಣ್ಣು ಬಾಡಿ ದಣಿದ ದೇಹ
ನಿದ್ದೆಗಿಳಿಯುವಷ್ಟರಲ್ಲೇ
ಬಸಿರೊಳೊದ್ದ ಮಿಸುಕಿನಿಂದ
ಧಿಗ್ಗನೆದ್ದು ಕೂತಳು
ಪುಟ್ಟ ಕೈಯ ಪಕ್ಕಕಿಟ್ಟು

ಹೊಚ್ಚಿದರಿವೆ ಸುತ್ತಿಕೊಂಡು
ಸದ್ದಿಲ್ಲದೆ ಕದವದೂಡಿ
ಸರಸರನೆ ಬೀದಿಗಿಳಿದು
ನಗೆಯ ತುಟಿಗೆ ಹಚ್ಚಿಕೊಂಡು
ಒನಪ ಮೈಗೆ ಮೆತ್ತಿಕೊಂಡು
ದೀಪದಡಿಯ ಕತ್ತಲಲ್ಲಿ
ಅವನಿಗಾಗಿ ಕಾದಳು

ವಾಸನೆ

ಚಳಿಗಾಲದಿರುಳಿನಲಿ
ಗದಗದಿಸುತಿರುವಾಗ
ಸೆಳೆದಪ್ಪಿ ಸೆರೆಗ ಹೊದಿಸಿದ
ಬಾಲ್ಯದ ವಾಸನೆ

ಕತೆ ಕೇಳಕೇಳುತ್ತ ಅಜ್ಜನಪ್ಪುಗೆಯಲ್ಲಿ
ನಿದಿರೆಗೆ ಜಾರಿದ ರಾತ್ರಿಗಳಲ್ಲೊಂದು ರಾತ್ರಿ...
ದಟ್ಟ ನಸ್ಯದ ಜೊತೆಗೆ ಹುಸಿದು ಹೋದ
ನಂಬಿಕೆಯ ವಾಸನೆ

ಕಗ್ಗತ್ತಲ ಕೊಟ್ಟಿಗೆಯಲಿ
ಹೆಂಗರುವಿನೊಟ್ಟಿಗೆ ಕೊಂಡಾಟದಲಿರು
ವಾಗ ಧುತ್ತೆಂದು ಮೇಲೆರಗಿದ ಹೋರಿ
ಯೊಂದಿಗೆ ಬೆರೆತ ಭೀತಿಯ ವಾಸನೆ

ಮಧ್ಯಾನ್ಹದಾಟದಲಿ
ಮೈಮರೆತಿರುವಾಗ
ತೊಡೆ ಸಂದಿನಿಂದಿಳಿದ
ಸ್ರಾವದೊಂದಿಗೆ ಬೆರೆತ
ಬೆರಗು ಭಯದ ವಾಸನೆ

ಸೂಜಿಮಲ್ಲಿಗೆ ಮುಡಿದು
ನಿರಿಗೆ ಚಿಮ್ಮಿಸಿ ನಡೆದು
ಕಾಡಿಗೆ ಕಣ್ಣರಳಿಸಿ
ಸಂಜೆಗಳ ಸಂಭ್ರಮಿಸಿದ
ಹದಿಹರೆಯದ ವಾಸನೆ

ನಿನ್ನೆ ಮೊನ್ನೆಯವರೆಗೆ ಅನ್ಯನಾಗಿದ್ದವ
ಇಂದು ಎನ್ನೊಳಗಿಳಿದು ಒತ್ತೊತ್ತಿ ರಮಿಸಿದ
ಮೊದಮೊದಲ ರಾತ್ರಿಗಳ ಸವಿ
ಬೆವರ ವಾಸನೆ

ನವಮಾಸ ತುಂಬಿ, ನೋವುಂಡು ನರಳಿ
ಬಸವಳಿದು ಬೆವರಿ, ಸತ್ತೆನಯ್ಯೋ...
ಎಂದಾಗ ಮಡಿಲು ತುಂಬಿದ ಸುಖದ
ನೋವಿನ ವಾಸನೆ

ಹಡೆದರ್ಧ ತಾಸಿನಲೆ
ಮಡಿಲು ಸೇರಿದ ಕೂಸು
ಪಚಪಚನೆ ಮೊಲೆಯುಣುವ
ಹಸಿ ಹಸಿವಿನ ವಾಸನೆ

ಹಸಿ ಹೇಲ ತೊಳೆದು
ಬಿಸಿಲಲ್ಲಿ ಒಣಗಿಸಿದ
ಪುಟ್ಟ ಬಟ್ಟೆಗಳಲ್ಲಿ
ಪ್ರೀತಿಯ ವಾಸನೆ

ತೋಳಿನಾಸರೆಯಲ್ಲಿ ಮಗುವಾದ ಮುದಿಜೀವ
ತುಟಿಗೆ ಹನಿಸಿದ ನೀರ
ಹಾಗೆಯೇ ಹೊರ ಚೆಲ್ಲಿ
ಉಸಿರು ನಿಲ್ಲಿಸಿದಾಗ
ಸಾವಿನ ವಾಸನೆ

ಪುಟ್ಟ ಗುಡಿಸಲ ಬುಡ್ಡಿ ಬೆಳಕಲ್ಲಿ
ಕೂಸಿನಳುವಿನೊಟ್ಟೊಟ್ಟಿಗೆ
ಪಟಪಟನೆ ಬಡಿವ ರೊಟ್ಟಿ
ಬೇಯ್ವ ಬದುಕಿನ ವಾಸನೆ

ಬಗೆ ಬಗೆವ ವಾಸನೆ
ಪೊರೆದಿದೆ ವರವಾಗಿ
ಸುಡುತಿದೆ ಶಾಪವಾಗಿ
ಮಾಗಿ
ಹದಗೊಂಡ ಬದುಕು
ಉಳಿಸಿಹೋಗುವುದು
ನನ್ನದೇ ವಾಸನೆ
ಸಾವಿನಾಚೆಗೂ

ಹಕ್ಕಿ ಮತ್ತು ಹುಡುಗ

ಧೋ ಧೋ ಸುರಿದ ಅಕಾಲ ಮಳೆ
ನುಣ್ಣಗೆ ತೊಳೆದ ಬೆಳಗು
ಕೂಗುತ್ತಿದೆ ಹೆಸರಿಲ್ಲದ ಹಕ್ಕಿ

ಫಳಫಳಿಸುವ ಹಣ್ಣು-ಹೂವು ಹಸಿರು
ಬೀದಿ ಬದಿ ವ್ಯಾಪಾರ ಬಲು ಜೋರು
ಬಣ್ಣ ಬಣ್ಣದ ಸೀರೆ ಚಂದ ಚಂದದ ಉಡುಗೆ
ಸರ್ರ ಭರ್ರನೆ ಹರಿವ ಬೈಕು ಕಾರು

ಊರಗಲ ರಂಗೋಲಿ ತಳಿರು ತೋರಣ
ಅರಿಸಿನ-ಕುಂಕುಮ ಊದುಬತ್ತಿಯ ಘಮ
ಮಿಠಾಯಿ ಅಂಗಡಿಯಲ್ಲಿ ಗಿಜಿಗಿಜಿ ಜನ
ಬೀದಿ ತುಂಬೆಲ್ಲ ಗೌಜು ಗಮ್ಮತ್ತು.

ಬೀದಿಯಾ ಬದಿಯ ಕೊಳೆಗೇರಿಯೊಳಗೊ
ನುಗ್ಗಿ ಹೊಳೆಯಾಗಿದೆ ಗಟಾರದ ನೀರು
ತೇಲಿದೆ ಪಾತ್ರೆ ಪರಡಿ ಮುರಿದು ಬಿದ್ದ ಸೂರು
ಬೋರಲು ಬಿದ್ದ ಸಿಂಟೆಕ್ಸ್ ಟ್ಯಾಂಕ್ ಹತ್ತಿ
ಕೂಸಿನೊಂದಿಗೆ ಕೂತ ಹಸಿಬಾಣಂತಿ
ಹತ್ತಲಾಗದೆ ಅಳುವ ಬೆತ್ತಲೆ ಹುಡುಗ –
ನ ಕುಂಡೆಗೆ ಬಾರಿಸಿ ಬೀದಿಗಟ್ಟಿದ್ದಾನೆ
ಅಪ್ಪನೋ ಚಿಕ್ಕಪ್ಪನೋ
ಕೈಗೊಂದು ತಟ್ಟೆ ಕೊಟ್ಟು
ಹೋಳಿಗೆ ಮನೆಯಿಂದ ಬೀಸಿ ಬೀಸಿ ಬರುವ ವಾಸನೆ
ಕಣ್ಣರಳಿಸಿ ನಿಂತ ಹುಡುಗ –
ನ ಸಂತೈಸಿದೆ ಹೆಸರಿಲ್ಲದ ಹಕ್ಕಿ
ಕೂಗಿ ಕೂಗಿ

ಇಂದು ಉಗಾದಿ
ಇಂದು ಉಗಾದಿ

ಅತಿಥಿ

ಕಾದು ಕಾದು ಹೈರಾಣಾಗಿದ್ದೆ
ಅಂತೂ ಬಂದೆಯಾ ಬಾ
ಮೂರು ವರ್ಷಗಳಾಗಿತ್ತಲ್ಲವೆ
ನೀನು ಬರದೆ
ಬಂದರೂ ಇರದೆ
ಬರುವುದು ಬಂದಿದ್ದಿ
ಹೀಗೆ ಬಂದು ಹಾಗೆ ಹೋಗಬೇಡ
ನಾವು ಕೂಡಿ ಆಡಿದ್ದು, ಹಾಡಿದ್ದು
ಮತ್ತೆ ನೆನೆಯಬೇಕಿದೆ
ಬಂದವನು ನಾಲ್ಕು ತಿಂಗಳು
ಇದ್ದೇ ಹೋಗು
ಮಕ್ಕಳು ತಪ್ಪು ಮಾಡಿದರೆ
ಮುನಿಸಿಕೊಳ್ಳುವುದೇ ಹೀಗೆ?
ಮಾತಾಡುತ್ತಿಲ್ಲ ಯಾಕೆ?
ಮಾತು ಕೇಳಿಸುತ್ತಿಲ್ಲವೆ?
ಹೀಗೆ ಧೋ ಎಂದು ಸುರಿದರೆ
ಹೇಗೆ ಕೇಳೀತು ಮಾತು
ಸಾವಕಾಶ ಸುರಿಸು
ತಣಿಯುವಂತೆ ಮೈ ಮನಸು.

ಆ... ನಂತರ

ಘಮಘಮ ಸಾರಿನ ವಾಸನೆ
ಸೊರ ಸೊರ ಉಣ್ಣುವ ಸದ್ದು
    ಇದೊಂದು ದಿನ ಕಳೆದರೆ ಗೆದ್ದೆವು
    – ಮನೆಯವರ ಮಾತು

ನೆನ್ನೆ ಅಡುಗೆ ಸುಮಾ...ರು
ಇವತ್ತು ಸಾರು ಸೂ...ಪರ್
    – ಯಾರು ಹೇಳಿದ್ದು?

ಮೊನ್ನೆಯಷ್ಟೇ ಡಿಮಾನಿಟೈಸೇಷನ್ ಆಯ್ತು
ಈಗ ಜಿಎಸ್ಟಿ ತಲೆನೋವು
    – ಯಾರದೋ ಮಾತು

ಸುಬ್ಬಮ್ಮನ ಅಂಗಡಿ ಸಾರಿನ ಪುಡಿ ಬಿಟ್ಟರೆ ಇಲ್ಲ
    – ಯಾರು ಹೇಳಿದ್ದು?

ಇನ್ನೊಂದು ತಿಂಗಳಿಗೆ ಹೊಸಮನೆ ಒಕ್ಕಲು
ನೀವು ಬರಲೇ ಬೇಕು
    – ಯಾರಿಗೆ ಆಹ್ವಾನ?

ಓ... ಅದಾ ಅದನ್ನು ಮಾರಿ ಹ್ಯುಂಡೈ
ತಗೊಂಡು ವರ್ಷವಾಯ್ತಲ್ಲಾ... ಹಹಹ...
    – ಯಾರ ನಗು?

ಅವರ ಹತ್ತಿರ ಅಷ್ಟೊಂದು ಪುಸ್ತಕ ಇತ್ತಲ್ಲಾ...
ಎಲ್ಲ ಏನಾಯ್ತೋ?
    – ಯಾರು ಕೇಳಿದ್ದು?

ಮೈಸೂರಿನ ಸೈಟು ಮಗನಿಗೊ
ಮತ್ತೆ ಈ ಮನೆ?
    – ಯಾರ ಪ್ರಶ್ನೆ?

ಮೊನ್ನೆ ಮೊನ್ನೆ ಇನ್ನೂ
ಮನೆಗೆ ಬಂದವರನ್ನು
ಓಹೋ...ಹೋ.. ಬನ್ನಿ... ಬನ್ನಿ... ಎನ್ನುತ್ತಿದ್ದ
ಆ... ಅವರು

ತಮ್ಮ ಮೆಚ್ಚಿನ ಮೋಹನವನ್ನು
ಮತ್ತೆ ಮತ್ತೆ ಸಾಭಿನಯ ಕೇಳಿ ಸವಿಯುತ್ತಿದ್ದ
ಆ... ಅವರು

ಈ... ಇದೇ ಟೀವಿಯಲ್ಲಿ ಕ್ರಿಕೆಟ್ ನೋಡುತ್ತಾ
ನೀರು ನಿದ್ರೆ ಮರೆಯುತ್ತಿದ್ದ
ಆ... ಅವರು

ಸೀರಿಯಲ್ ಹುಚ್ಚಿನ ಮುದ್ದಿನ ಮಡದಿಗೆ
ಸೀರಿಯಲ್ ಕಿಲ್ಲರ್ ಎಂದು ಕಿಚಾಯಿಸುತ್ತಿದ್ದ
ಆ... ಅವರು

ಓದಲಿಕ್ಕೆ ದೂರ ದೇಶಕ್ಕೆ ಹೋಗಿ
ಅಲ್ಲೇ ನೆಲೆಗೊಂಡ ಮಗಳ
ಬರುವಿಗಾಗಿ ಚಾತಕಪಕ್ಷಿಯಂತೆ ಕಾಯುತ್ತಿದ್ದ
ಆ... ಅವರು

ಸಾರು ಒಂದಿದ್ದರೆ ಸಾಕು ಮೈಯೆಲ್ಲಾ
ಬಾಯಾಗಿ ಸೊರ ಸೊರ ಉಣ್ಣುತ್ತಿದ್ದ
ಆ... ಅವರು

ಕಾಲವಾಗಿ
ಇಂದಿಗೆ ಹನ್ನೆರಡು ದಿನ

ವಡೆ, ಪಾಯಸ ಬರುತ್ತಿದೆ
ಇನ್ನೂ ಸಾರನ್ನವೇ ಮುಗಿದಿಲ್ಲ...
– ಯಾರ ಧ್ವನಿ?

ಒಳಗಿನಿಂದ ಉಮ್ಮಳಿಸಿದ
ಬಿಕ್ಕು ಯಾರದೋ
ಅಬ್ಬರದ ನಗುವಿನಲ್ಲಿ
ಅಡಗಿಹೋಗುತ್ತದೆ

ಕಾಫಿ ಗೀಫಿ

ಅಂದು –
ಮದುವೆಗಿನ್ನೂ ತಿಂಗಳು ಕಾಯಬೇಕು
ಭೇಟಿ ಮಾಡಲು ನಮಗೆ ನೆಪ ಬೇಕು
ಕರಿಮಣಿ ಸರಕ್ಕೆ ಹವಳ ಹೊಂದಿಸಬೇಕು

ಪಂಚೆ ಸೀರೆ ಉಡುಗೊರೆ ಕೊಳ್ಳಬೇಕು
ಕರೆಯೋಲೆಯ ಒಪ್ಪ ನೋಡಬೇಕು
ಮದುವೆಗಿನ್ನೂ ತಿಂಗಳು ಕಾಯಬೇಕು

ಚಿಕ್ಕಪೇಟೆಯ ಚಿಕ್ಕ ಹೋಟೆಲಿನಲ್ಲಿ
ಎದುರುಬದುರು ಕೂತು
ಕಾಫಿಗೆ ಹೇಳಿ
ಕಣ್ಣಲ್ಲಿ ಕಣ್ಣಿಟ್ಟು
ಕಾಯಬೇಕು

ಚಪ್ಪರಿಸಿ ಒಬ್ಬರು
ಕಾಫಿ ಹೀರಿದ ಮೇಲೆ
ಕಪ್ಪಿಗಂಟಿದ ಗೀಫಿ
ಜಾರಿಹೋಗುವ ಮುನ್ನ
ಇನ್ನೊಬ್ಬರ ತುಟಿಗದು ಸೇರಬೇಕು

ಕಾಫಿಗಿಂತ ನಮಗೆ ಗೀಫಿ ಬೇಕು
ಗೀಫಿಗಾಗಿ ನಮಗೆ ಕಾಫಿ ಬೇಕು

ಇಂದು –
ಮೂರು ದಶಕಗಳು ಕಳೆದರೂ
ಕಾಫಿಯೂ ಇದೆ, ಗೀಫಿಯೂ ಇದೆ

ಈಗ –
ನಮ್ಮ ಕಾಫಿ–ಗೀಫಿಗಳು ಬದಲಾಗಿವೆ.

ಹಾರೈಕೆ

ಕಣ್ಣಾ ಮುಚ್ಚೆ ಕಾಡೇ ಗೂಡೇ
ನಮ್ಮಯ ಹಕ್ಕಿ ಬಿಟ್ಟೇ ಬಿಟ್ಟೆವು
ಹಾರು ಹಕ್ಕಿಯೇ ಹಾರು
ಹುಡುಕಿಕೊ ನಿನ್ನಯ ಜೋಡಿ
ಕಟ್ಟಿಕೊ ನಿನ್ನದೇ
ಬೆಚ್ಚನೆಯ ಗೂಡು

ಮನೆಗೆ ಬಂದವರೊಮ್ಮೆ
ಅರೆಘಳಿಗೆ ಕಾಲ್ಚಾಚಿ
ಕೂಡುವಂತಿರಲಿ
ನಿಮ್ಮ ಗೂಡು

ಮನೆಯೊಳಗೆ ಪಸರಿಸಲಿ
ಬೆಂದ ಅನ್ನದ ಘಮಲು
ಹಸಿದವರಿಗೆ ಸಿಗಲಿ
ತುತ್ತು ಕೂಳು

ತರಕಾರಿ ಇಲ್ಲೆಂದು
ತಕರಾರು ತೆಗೆಯದಿರಿ
ಹಿತ್ತಲಲ್ಲಿರಲಿ
ಹಸಿರು ಬಸಳೆ

ಬಟ್ಟೆ ಮಾಸಿದರೇನು
ಕತೆಯುಂಟು ಅದರಲ್ಲಿ
ತೊಳೆದು ಹರವಿ ಬಿಡಿ
ಮತ್ತೊಮ್ಮೆ ಕೇಳಿ

ಹೇಳದೆಯೂ ಕೇಳುವ
ಕೇಳದೆಯೂ ಹೇಳುವ
ಮೌನ ಮಾತಾಗಿಸುವ
ಜೋಡಿ ನಿಮದಾಗಲಿ

ಮಲಗೆದ್ದ ಹಾಸಿಗೆಯ
ನೇವರಿಸುವಾಗೊಮ್ಮೆ
ಸಿಕ್ಕ ಹೂ ಎಸಳನ್ನು
ಜೋಪಾನಮಾಡಿ

ಸ್ವಚ್ಛಂದ ಹಾರಾಡಿ
ಬಿಡಿಯಾಗಿ ಜೊತೆಯಾಗಿ
ಮರಳಿ ಗೂಡಿಗೆ ನಿಮ್ಮ
ಕನಸಿನರಮನೆಗೆ

ತಾಯ್ತನದ ಸವಿ ಸುಖವ
ನೆನೆನೆನೆದು ನೇಯ್ದಿರುವೆ
ನಿಮ್ಮ ನಾಳೆಗೆ ಒಂದು
ಪುಟ್ಟ ಕೌದಿ

ಕೊಟ್ಟು ಪಡೆಯುವ ಮಂತ್ರ
ಅನುದಿನವೂ ಫಲಿಸಲಿ
ಹಾವು ಹದ್ದಿನ ಹೊಂಚು
ಬಂಧ ಸಡಿಲಿಸದಿರಲಿ

ಮನೆಯಂಗಳದಿ ನೆಟ್ಟ
ಮಲ್ಲಿಗೆಗೆ ನೀರುಣಿಸಿ
ಚಿಗುರಲಿ
ಹೊಸ ಕನಸು
ಕಂಪು ಸೂಸಿ

ಕಣ್ಣಾ ಮುಚ್ಚೆ ಕಾಡೇ ಗೂಡೇ
ಉದ್ದಿನ ಮೂಟೆ ಉರುಳೇ ಹೋಯ್ತು
ನಮ್ಮಯ ಹಕ್ಕಿ ಬಿಟ್ಟೇ ಬಿಟ್ಟೆವು.

ಅವನು - ನಾನು

ಡ್ಯೂಟಿ ಮುಗಿಸಿ ಸುಸ್ತಾದ ಸೂರ್ಯ
ಮನೆಗೆ ತೆರಳುವ ಸಮಯ
ಕಿಕ್ಕಿರಿದ ರಸ್ತೆ ಕಿವಿಗಡಚಿಕ್ಕುವ ಶಬ್ದ
ಬಿದ್ದಿದ್ದಾನೆ ಯಾವನೋ ಬೀದಿ ಬದಿ
ಕುಡಿದದ್ದು ಹೆಚ್ಚಾಗಿರಬೇಕು
ಈ ಇವಳೋ ನನಗೆ ಇಲ್ಲೇ ಕಾಯಲು ಹೇಳಿದ್ದಾಳೆ
ಈಗ ನನಗೆ ಈ ಕುಡುಕನ ನೋಡುತ್ತಾ ನಿಲ್ಲುವ ಕರ್ಮ
ಬೇಡವೆಂದರೂ ಅತ್ತಲೇ ಸೆಳೆಯುವ ಮನಸು
ಬಿದ್ದವನು ಬಿದ್ದ ಪೂರ್ತಿ ಪಕ್ಕಕ್ಕಾದರೂ ಬೀಳಬಾರದೆ?
ಬೆನ್ನಿನ ಚೀಲದೊಂದಿಗೆ ಅಂಗಾತ ಬಿದ್ದಿದ್ದಾನೆ
ಹಿಂದಕ್ಕೆ ವಾಲಿದ ತಲೆ ರಸ್ತೆಗೆ ಚಾಚಿಕೊಂಡ ಕಾಲು
ಎಂಥದೋ ನೋವು ನುಂಗಿದ ಉದಾಸ ಭಾವ

ಪಕ್ಕದಲ್ಲಿ ಬಿದ್ದ ಕೈಚೀಲದಿಂದ ಚೆಲ್ಲಿ ಹರಡಿದೆ
ಬೆಂಡೆ ಬದನೆ ಕಾಗದದ ಕೊಟ್ಟೆಯಲ್ಲಿಷ್ಟು ಚಾಕಲೇಟು
ವಾಹನಗಳ ಅಬ್ಬರ ಮತ್ತೆ ಅವನ ಕಾಲು
ದೂರ ಹೋಗೋಣವೆಂದರೆ ಇವಳಿನ್ನೂ ಬಾರಳು
ಹೋ ಏನದು ಬೆಳಕು ಜೇಬಿಂದ? ಫೋನು!!
ಯಾರದಿರಬಹುದು? ಉತ್ತರಿಸಲೇ ತೆಗೆದು ಹೇಳಲೇ
ಇಂಥಲ್ಲಿ ಬಿದ್ದಿದ್ದಾರೆ ಕರೆದೊಯ್ಯಿರೆಂದು.
ಇವಳಿನ್ನೂ ಬರಲಿಲ್ಲ ಯಾಕೆ?
ಫೋನೂ ತಂದಿಲ್ಲ ನಾನು
ಮತ್ತೆ ಕರೆಯುತ್ತಿದೆ ಶಬ್ದ ಜೇಬಿಂದ
ಕೇಳಲಾಗದು ಇನ್ನು, ನಡೆದು ಬಿಡುತ್ತೇನೆ ನಾನು
ಹಾಳಾಗಿ ಹೋಗಲಿ ಅವಳು ಅವನು
ಮನೆ ಹತ್ತಿರ ಹತ್ತಿರ ಹತ್ತಿರವಾದಂತೆ ಭಾರವಾಗುತ್ತಿದೆ ಎದೆ
ಅಕಸ್ಮಾತ್ ಅವನು ಕುಡಿದಿಲ್ಲದಿದ್ದರೆ ಅಥವಾ ಅವನು...
ಥಟ್ಟನೆ ತಿರುಗಿ ನಿಂತಲ್ಲಿಗೆ ಧಡಧಡನೆ ಬಂದು ನೋಡುತ್ತೇನೆ
ಟ್ರಾಫಿಕ್ ಜಾಮು! ಮಾಸಿದ ಬಟ್ಟೆಯ ಯಾವನೋ ಪೋರ
ಬಿದ್ದವನ ಚೀಲ ಪಕ್ಕಕ್ಕಿಟ್ಟು ಮತ್ತವನ ಕಾಲನ್ನು ಇತ್ತ ಕಡೆಗಿಟ್ಟು
ರೈಟ್ ಎಂದು ಲಾರಿ ಏರಿ ಹೊರಟು ಬಿಡುತ್ತಾನೆ

ವಾಹನಗಳು ನಿರಾಳ ಚಲಿಸುತ್ತಿವೆ
ಆದರೆ ನಾನು?

ರೀಫಿಲ್

ಒಬ್ಬನ ನಿಕೃಷ್ಟ ನೋಟ
ಇನ್ನೊಬ್ಬನ ಕೊಂಕು ನುಡಿ
ಮತ್ತೊಬ್ಬನಿಂದ ಮಂಗಳಾರತಿ
ಆದ ಮೇಲೂ
ನಾಲ್ಕನೆ ಅಂಗಡಿಯವನ ಬಳಿ ಹೋಗಿ
'ಈ... ಪೆನ್ನಿಗೊಂದು ರೀ...ಫಿಲ್' ಎಂದು ಅಳುಕುತ್ತಾ
ಕೇಳಿದ ಕೂಡಲೇ ತಲೆದೂಗಿ
ಕೌಂಟರಿನ ತಳಭಾಗದಲ್ಲೆಲ್ಲೋ ಇದ್ದ
ಹಳೆ ತಗಡಿನ ಪೆಟ್ಟಿಗೆಯ
ಜತನದಿಂದ ಮೇಲಕ್ಕೆಟ್ಟು
ಧೂಳು ಒರೆಸಿ
ತುಕ್ಕಾದ ಚಿಲಕಕ್ಕೆ
ಸ್ವಲ್ಪವೇ ಎಣ್ಣೆ ಎರೆದು
ಮೆಲ್ಲಗೆ ತೆರೆಯುತ್ತಾನೆ
ಅದರೊಳಗಿಂದ ಹತ್ತಿಪ್ಪತ್ತು
ರೀಫಿಲ್ ಕಟ್ಟು ತೆಗೆದು
ಕೈ ಚಾಚಿ ಪೆನ್ ಪಡೆದು
ಒಂದೊಂದೇ ಒಂದೊಂದೇ
ರೀಫಿಲ್ ತೆಗೆದು... ಹಾಕಿ...
ತೆಗೆದು... ಹಾಕಿ... ಕೊನೇ...ಗೆ
ತಕ್ಕದ್ದು ಸಿಕ್ಕ ಖುಷಿಯಲ್ಲಿ
ಸಣ್ಣಗೆ ನಗುತ್ತ ನೋಟ್ ಪ್ಯಾಡ್ ಮೇಲೆ
ಮೃದುವಾಗಿ ಒಂದೆರಡು ಗೆರೆ ಎಳೆದು
ಪುಟ್ಟ ಬಟ್ಟೆಯಿಂದ ಒರೆಸಿ
ಪೆನ್ ಹಿಂದಿರುಗಿಸುತ್ತಾನೆ

ಕೇವಲ ಎರಡು ರೂಪಾಯಿಗೆ
ಅವನು ರೀಫಿಲ್ ಮಾಡಿದ್ದು
ನನ್ನ ಪ್ರೀತಿಯ ಹಳೇ
ಪೆನ್ನನ್ನಷ್ಟೇ ಅಲ್ಲವೆನಿಸುತ್ತದೆ.

ಅಳಲು

ಇಂದು ಎಂಟರ ಅಸೀಫಾ
ನಾಳೆ ಆರರ ಆದಿಮಾ
ನಾಡದು ಐದರ ನಾದಿರಾ
ಮತ್ತೆ ಮೂರರ ಮಂದಿರಾ
ಇನ್ನೂ ಎಷ್ಟು ಕೂಸುಗಳು ಬಲಿಯಾಗಬೇಕು?
ಹೆಣ್ಣು ಗಂಡುಗಳೆರಡಕ್ಕೂ ಜನ್ಮ ಕೊಟ್ಟದ್ದು ನಾನೇ!
ಇಬ್ಬರಿಗೂ ಹಾಲುಣಿಸಿ ಬೆಳೆಸಿದ್ದೂ ನಾನೇ!!
ಆದರೂ ಹೇಗೆ ಕೆಲವರಾಗಿಬಿಟ್ಟರು ರಾಕ್ಷಸರು?
ರಾತ್ರೋರಾತ್ರಿ ಹೀಗೆ ಆಗಿಬಿಟ್ಟದ್ದಲ್ಲವಲ್ಲಾ!!
ಗಂಡು ಹುಟ್ಟಿತೆಂದು ಗರಿ ಮೂಡಿಸಿಕೊಂಡೆ
ಎಳವೆಯಲ್ಲಿ ಕೊಂಡಾಡಿ ಬೆಳೆಸಿದೆ
ಎಲ್ಲಿ ತಪ್ಪಿದೆನೊ ಎಲ್ಲಿ ಎಡವಿದೆನೊ
ಇಂದು ಕೊಬ್ಬಿ ಮೈಯೊಂದಿಗೆ ಮನಸ್ಸನ್ನೂ
ಆಯುಧ ಮಾಡಿಕೊಂಡು ಅಲೆಯುತ್ತಿರುವ ಇವರಿಗೆ
ಶಿಶುವಾದರೇನು? ತಾಯಾದರೇನು?

ನೂರು ಹೆರಿಗೆಯ ನೋವುಂಡು
ಕಣ್ಣು ಮುಚ್ಚಿದ ಕಂದಮ್ಮಗಳೇ
ಸಾಧ್ಯವಾದರೆ ಕ್ಷಮಿಸಿ.

ಬೇರೆ ಬೇರೆ

ಅದೇ ಸೂರ್ಯ ಅದೇ ಬೆಳಗು
ಬೆಳಕಿನಾಟ ಬೇರೆ ಬೇರೆ

ಅದೇ ಗಿಡ ಅದೇ ಮರ
ಎಲೆ ಎಲೆಯ ನವಿರೇ ಬೇರೆ

ಅದೇ ಹಕ್ಕಿ ಅದೇ ಹಾಡು
ಪಾಡು ಮಾತ್ರ ಬೇರೆ ಬೇರೆ

ಅದೇ ನಡಿಗೆ ಅದೇ ಜನ
ಉಸಿರ ಭಾರ ಬೇರೆ ಬೇರೆ

ಅದೇ ಅಡುಗೆ ಅದೇ ಸಾರು
ಅಂದಂದಿನ ರುಚಿ ಬೇರೆ

ಅದೇ ಉಡುಗೆ ಅದೇ ತೊಡುಗೆ
ತನು ಭಾವ ಬೇರೆ ಬೇರೆ

ಅದೇ ನಾನು ಅದೇ ಅವನು
ಅನುದಿನದ ಸಾಂಗತ್ಯ
ಬೇರೆ ಬೇರೆ ಬೇರೆ.

ಪಾದ ಕಾರಣ

ಹಗಲಿರುಳೆನ್ನದೆ ಬೆನ್ನು ಹತ್ತಿದೆ
ಬಿರಿದೆದ್ದ ನಿನ್ನ ಪಾದ
ಒಂದೇ ಒಂದು ಕಾಳು ಬೆಳೆಯದ ನಾನು
ಕಾದ ನೆಲದ ಮೇಲೆ ಕಾಲಿಡದ ನಾನು,
ಬೆವರು ಬಸಿದು ನೀ ಬೆಳೆದ
ಮೂಟೆ ಮೂಟೆ ಅಕ್ಕಿ ಮುಕ್ಕಿ
ಸೊಕ್ಕಿ ಬೆಳೆದ ನಾನು,
ಒಂದೇ ಒಂದು ಸಾರಿ
ನಿನ್ನ ಕಾಲ ಬುಡದಲಿ ಕೂತು
ಬೊಕ್ಕೆ ಎದ್ದ ಪಾದಗಳ
ತಣ್ಣೀರಲಿ ತೊಳೆದೊರೆಸಿ
ಮೆಲ್ಲನೆ ಮುಲಾಮು ಸವರಿ
ಕಲ್ಲಾದ ಬಡಕಲು ಮೈಗೆ
ಮೃದುವಾಗಿ ಎಣ್ಣೆ ತೀಡಿ ಎರೆದು,
ತಟ್ಟೆ ತುಂಬ ಹಬೆಯಾಡುವ
ಅನ್ನ ಕಲೆಸಿ ಉಣಿಸಬೇಕು
ನನಗಾಗಿ ಕೇವಲ ನನಗಾಗಿ.
ನೀಡುವ ನಿನ್ನ ಕೈ ಬೇಡುವಂತಾಗಲು
ಯಾರ್‍ಯಾರು ಕಾರಣ?
ಈ ಪ್ರಶ್ನೆ ನನ್ನಲ್ಲಿ ಹುಟ್ಟುವುದಕ್ಕೆ ನಿನ್ನ
ಪಾದ ಕಾರಣ.

ಪಾರಿಜಾತ

ನಾವು ನಾವೇ ಆಗಿ
ಮೈಯ ವಾಸನೆಯನ್ನೇ
ಉಸಿರಾಡಿಕೊಂಡಿದ್ದ
ಹಸಿಬಿಸಿಯ ಕಾಲ...
ಎಳೆ ಬಿಸಿಲ ಹೊಳಪಲ್ಲಿ
ನಿದ್ದೆಯಾರದ ಕಣ್ಣಲ್ಲಿ
ಸುತ್ತಾಡುವಾಗೊಮ್ಮೆ
ಫಕ್ಕನೆದುರಾಯ್ತು
ನೆಲ ತುಂಬ ಹೂ ಹಾಸಿ
ಮೈತುಂಬ ಹೂ ಹೊದ್ದ
ಪಾರಿಜಾತದ ಮರ
ಅಹಾ! ಸುಂದರ!
ಬಾಗಿ ಬಾಗಿ ತುಂಬಿದೆವು
ಬೊಗಸೆ ಬೊಗಸೆ ನಕ್ಷತ್ರ

ಪುಟ್ಟ ಪುಟ್ಟ ಕೆಂಪು ತೊಟ್ಟ
ಹಿಡಿಹಿಡಿದು ಕೊಟ್ಟನವನು
ಮಿಡಿಮಿಡಿದು ಮಾಲೆಕಟ್ಟಿದೆ ನಾನು
ಇನ್ನೇನು ಮುಡಿಗಿಡಿಸಿಕೊಳ್ಳಬೇಕು...
ನಿಲ್ಲಿ! ಅದು ಮುಡಿಯಬಾರದ ಹೂ
ಎಂದರಚುತ್ತಾ ದುಡುದುಡು ಬಂದವಳ ಮುಖ
ಇಷ್ಟೂ ಹೊತ್ತು ಕಿಟಕಿಯಲ್ಲಿ ಕಂಡದ್ದೇ.
ಅಬ್ಬಾ! ಆ ದನಿಯಲೆಂತಾ ಕಿಚ್ಚು!
ಬೆಳ್ಳಿಗೂದಲು, ಮುಪ್ಪಾದ ಮೈ.
ಬೆಪ್ಪಾಗಿ ಕೂತವರನೆಚ್ಚರಿಸಿದ್ದು
'ಅಂಬಾ...' ಎಂಬ ಕೊರಳುಲಿ
ಮೈದಡವಿ ಮುದ್ದಿಕ್ಕಿ ಗಂಗೆದೊಗಲ ನೇವರಿಸಿ
ಮಾಲೆ ತೊಡಿಸಿದೆವು

ನಾಳೆ ನಾನೂ ಹೀಗೆ ಆಗಿಬಿಟ್ಟರೆ...
ಕೇಳಿದ್ದಕ್ಕೆ 'ನೆನ್ನೆ ನಾಳೆಯೂ ನೀನು ಹೀಗೆಯೇ
ಬಿಡು ಬಿಡು' ಎಂದು ನಡು ಬಳಸಿದವನ
ಚಣ ದಿಟ್ಟಿಸಿ ಕೈ ಹಿಡಿದು ನಡೆದೆ.

ಹಾಡು ಪಾಡು

ವಾರ ಪೂರ ಸುರಿದ ಮಳೆ
ಕೊಟ್ಟ ಬಿಡುವಿನಲಿ
ಹಗಲು ಮುಗಿದಿದೆ

ಚುಮು ಚುಮು ಬಿಸಿಲಲಿ
ಮೈಕಾಯಿಸಿಕೊಂಡ ಇರುಳು
ಕರಿ ಸೆರಗ ಹಾಸಿದೆ

ಹಗಲೆಲ್ಲ ಹಾರಾಡಿ ಒದ್ದೆ
ಮಾಡನೇರ್ಪಡಿಸಿ
ಗೂಡು ಸೇರಿದೆ ಹಕ್ಕಿ

ನಿಶ್ಶಬ್ದವನೇ ಧರಿಸಿ
ಅರೆಬಿರಿದ ಸುಮದ ಘಮ
ಹೊತ್ತ ಮೆಲು ಎಲರಿಗೆ
ತೂಕಡಿಸಿವೆ ಗಿಡ, ಬಳ್ಳಿ

ಜೀಗುಟ್ಟಿ ಜೀಗುಟ್ಟಿ
ಗಂಟಲೊಣಗಿದ ಜೀರುಂಡೆ
ಬಿಟ್ಟು ಬಿಟ್ಟು ಕೂಗುತ್ತಿದೆ

ಗಟ್ಟಿಮೇಳದ ಗೋಂಕರ
ಕಪ್ಪೆಗಳ ಕೊರಳಿಂದು
ಮೆಲು ಜೋಗುಳವಾಗಿದೆ

ಫಕ್ಕನೆ ಬೆಳಗಿದ
ಪುಟ್ಟ ಬೆಳಕಿಗೆ
ಪಟಪಟಸಿ ಬಾವುಲಿ
ಜೋಲಾಡಿದೆ

ಹಸುಗೂಸೊಂದು ಅತ್ತ
ಹಾಗೆ ಕೊಸರಿ ಎದೆಮಿದುವಲ್ಲಿ
ಹುದುಗಿ ಮಲಗಿದೆ

ಸಂತೃಪ್ತ ಇಳೆಗಿಂದು
ಸೊಂಪು ನಿದ್ರೆ

ನಿರಾಳ ಇರುಳು
ಹೀಗೆ ಉರುಳಲಿ
ಎಂದೆಣಿಸುವಷ್ಟರಲ್ಲೇ
ಹೆದ್ದಾರಿಯಲಿ ಕೇಳಿದೆ
ಆಂಬ್ಯುಲೆನ್ಸ್ ಸದ್ದು!
ಎದ್ದ ಶ್ವಾನಗಳು ಮೌನ ಕದಡಿವೆ

ಯಾವುದೋ ಜೀವ ನರಳುತಿದೆ
ಢವಢವಿಸುವ ಎದೆ
ನಿಲ್ಲುವುದೋ?
ನಡೆಯುವುದೋ?

ಇನ್ನು ಕೆಲವೇ ಗಂಟೆ
ಅಂಗಳದಲಿ ರಂಗೋಲಿ ಇಡಲಿಕ್ಕೆ
ಕುಣಿವ ಮಕ್ಕಳ ಕಣ್ತುಂಬಿಕೊಳಲಿಕ್ಕೆ

ಇನ್ನು ಕೆಲವೇ ಗಂಟೆ
ಬಿಸಿ ಬಿಸಿ ಚಾ ಹೀರಲಿಕ್ಕೆ
ಹಸಿವು, ನೀರಡಿಕೆ
ನಗೆ, ಹಗೆ
ಎಲ್ಲ ಹಾಗೆ ಹಾಗೆ...

ಇನ್ನು ಕೆಲವೇ ಕಾಲ
ಪದ ಕುಸಿಯುವುದಕೆ
ಉಸಿರಾಡುವುದಕೆ
ತಿಳಿತಿಳಿದೂ ಬಿಡದೀ ಬಯಕೆ.

ನಾಗರಪಂಚಮಿ

ಇಂದು ನಾಗರಪಂಚಮಿ
ಹಾಲು ತರಹೋದರೆ
ಬೆಳಬೆಳಗ್ಗೆಯೇ ಹಾಲು ಖಾಲಿ
ಹಾಲಿನ ಬೂತುಗಳಲ್ಲಿ

ಬತ್ತಿದ ತೊಟ್ಟ ಜಗ್ಗಿ ಜಗ್ಗಿ
ನಾಲ್ಕು ತೊಟ್ಟು ಚಪ್ಪರಿಸಿ
ಬಳಿ ಬಂದ ಕರುವಿನ ಮೈ
ಇಂಚಿಂಚು ನೆಕ್ಕಿ
ಸಂತೈಸುತ್ತಿದೆ ಹಸು
ಬೀದಿಯಲ್ಲಿ

ಮಡಿಲ ಬಡಕಲು ಕೂಸಿಗೆ
ಹಾಲುಣಿಸುತ್ತ ಹೂ ಮಾರುವವಳ
ಬಳಿ ನಡೆಯುತ್ತಿದೆ ಮುಗಿಯದ ಚೌಕಾಸಿ

ಬೀದಿ ಬದಿ ಕಟ್ಟೆ ನಾಗರಕಲ್ಲಿಗೆ
ಭರಪೂರ ಹಾಲು ತುಪ್ಪದ ಅಭಿಷೇಕ
ಸಿಡಿದ ಈಡುಗಾಯಿ ಚೂರಿನಾಸೆಗೆ
ಓಡೋಡಿ ಬಂದ ಕೊಳಕು ಲಂಗದ ಪೋರಿ
ಮೈ ತಾಗಿಸಿದಳೆಂದು ಛೀಮಾರಿ ಮಾಡಿ
ದುಡುದುಡು ನಡೆವ ಮಡಿ ಸೀರೆಯವಳು.

ಸುಸ್ತಾಗಿ ಮನೆಗೆ ಮರಳಿ
ದೀಪ ಬೆಳಗಿಸಿ ಕಣ್ಮುಚ್ಚಿದರೆ
ಕಾಣುವ ಬಡಕಲು ಕೂಸು
ಕೊಳಕು ಲಂಗದ ಪೋರಿಯರು.

ಹಸಿದ ಕಂದಮ್ಮಗಳಿಗೆ
ಹೊಟ್ಟೆ ತುಂಬ ಹಾಲು
ಸಿಗುವಂತಾಗಲೆಂದು
ಬೇಡಿಕೊಳ್ಳುತ್ತೇನೆ ಬಿಟ್ಟು
ಬಿಡಲಾಗದ ದೇವನಲ್ಲಿ.

ನನಗೆ ಬೇಕಾದ್ದೂ ಅದೇ ಎಂದು
ನಿಡುಸುಯ್ದವರು ಯಾರು?
ಕಣ್ತೆರೆದು ಅರಸುತ್ತೇನೆ

ನೆನಪು

ಮೂರು ದಶಕದ ಹಿಂದೆ
ಮಾಗಿಯ ಇಂಥದೇ ಸಂಜೆ...

ಕೆಂಪು ತೋಟದಲ್ಲಿ ನೀನು
ಪಟಪಟನೆ ಪಟ ತೆಗೆದು
ನೀನಿಷ್ಟು ಚೆಲುವೆಯೆಂದು
ತಿಳಿದಿರಲೇಯಿಲ್ಲ ಎಂದಿದ್ದು
ಕೇಳಿ ಖುಷಿಯಲ್ಲಿ ಕುಣಿದು
ಕೊರಳ ತಬ್ಬಿ ಮುತ್ತೊತ್ತಿದ್ದು
ನೆನಪಿದೆಯೆ ನಿನಗೆ?

ಬಜಾಜ್ ಸ್ಕೂಟರಲ್ಲಿ
ಮೈಯೊತ್ತಿ ಕುಳಿತು
ಎಂಟಿಆರ್ ತಲುಪಿ
ಕಾಫೀ–ಗೀಫೀ ಕುಡಿದು
ಕೊಡೆಯನಲ್ಲೇ ಮರೆತು
ಕಳೆದುಹೋದದ್ದು...
ನೆನಪಿದೆಯೆ ನಿನಗೆ?

ಸುಮ್ಮಸಮ್ಮನೆ ಸುತ್ತಿದ್ದು
ಎನ್‌ಎಮ್‌ಎಚ್‌ನಲ್ಲಿ
ಬಾದಾಮು ಹಲ್ವ ತರಿಸಿ
ಬಾಗಿಲು ಮುಚ್ಚುವವರೆಗೆ
ಕುಳಿತು ಸವಿಯದೇ ಸವಿದದ್ದು...
ನೆನಪಿದೆಯೇ ನಿನಗೆ?

ಮಳೆಯಲ್ಲಿ ತೊಯ್ದದ್ದು
ಒತ್ತಿ ನಿಂತು ಬೆಚ್ಚಗಾಗಿದ್ದು
ಬಿಸಿಗೆ ಬೆಚ್ಚಿ ಬೆವರಿದ್ದು
ಇನ್ನುಳಿದಿರುವುದು ಕೇವಲ
ಮೂವತ್ತೇ ನಿಮಿಷ ಎಂದು
ಮುಳುಗುವ ಸೂರ್ಯನ ಶಪಿಸಿದ್ದು...
ನೆನಪಿದೆಯೇ ನಿನಗೆ?

ಕೇಳೇ ಕೇಳುತ್ತೇನೆ ನಾನು
ಎಲ್ಲಕೂ ನಕ್ಕು ನೀನು
ಸುಮ್ಮನುಳಿಯುತ್ತೀಯ!!

ನಮ್ಮ ನೆನಪುಗಳೇಕೆ ಇಂದು ತಾಳೆಯಾಗುತ್ತಿಲ್ಲ?

ಅಮ್ಮ

ಚಳಿಗಾಲದ ಇಳಿ ಹೊತ್ತು,
'ನಿನ್ನ ಕೋಡುಬಳೆ ತಿನ್ನದೆ
ಎಷ್ಟು ಕಾಲವಾಯಿತೆ ಅಮ್ಮಾ...'
ಮಗನ ಮಾತಿಗೆ ಹುಕಿ ಬಂದು
ಪದಾರ್ಥಗಳ ಅಣಿಗೊಳಿಸುತ್ತೇನೆ
ಹಾಗೆ ನೋಡಿದರೆ...

ಅಡುಗೆ ಹದ ತಿಳಿದವರಿಗೆ
ಇಂಥಿಂಥವು ಇಷ್ಟಿಷ್ಟೇ ಎಂಬ
ಕಟ್ಟುನಿಟ್ಟಾದ ನಿಯಮವೇನಿಲ್ಲ
ಮೂಲದ್ರವ್ಯದ ರುಚಿ ಹೆಚ್ಚಿಸುವ
ಏನನ್ನಾದರೂ ಬೆರೆಸಬಹುದು
ಹದನಾಗಿ ಹೊಸೆದು,
ನಾಜೂಕಾಗಿ ಸುರುಳಿ ಸುತ್ತಿ
ಸರತಿಗೆ ಏಳೆಂಟರಂತೆ
ಕಾದ ಎಣ್ಣೆಗೆ ಹಗೂರಕ್ಕೆ
ತೇಲಿಬಿಟ್ಟು, ಸ್ವಲ್ಪ ಉರಿ ತಗ್ಗಿಸಿ
ಮಗಚುವ ಕೈಯಲ್ಲಿ ಮಗುಚಿ

ಹೊಂಬಣ್ಣ ತಳೆದು ಹೊಳೆವ
ಕೋಡುಬಳೆಗಳ ತೆಗೆತೆಗೆದು
ತಟ್ಟೆಗೆ ಹರವಿದ ಕೂಡಲೇ
ಧುತ್ತೆಂದು ಮುತ್ತುವ
ಅಮ್ಮನ ನೆನಪು...
ಶಾಲೆ ಮುಗಿಸಿ ಬಂದರೆ
ಮನೆ ತುಂಬ ಘಮ!
ಕೇಸರಿ ಬೆರತ ಹಾಲಿನಂಥಾ ಅಮ್ಮ

ಒಲೆಯುರಿಗೆ ಇನ್ನೂ ಕೆಂಪು ಕೆಂಪು
ಕೆದರಿದ ಮುಂಗುರುಳು
ಹಣೆ ತುಂಬ ಬೆವರು
ತಿಂದು ಹೋದವರೆಷ್ಟೋ
ಕೊಂಡು ಹೋದವರೆಷ್ಟೋ
'ಕಾಲು ಚಾಚಿ ಅರೆ ಘಳಿಗೆ ಕೂಡು ಬಾ...'
ಎಂದು ಯಾರೂ ಕರೆಯಲಿಲ್ಲ
ಬೇಸರವಾಗಲಿಲ್ಲವೆ ಅವಳಿಗೆ?
ಇದೆಲ್ಲಾ ಸಾಕೆನಿಸಲಿಲ್ಲವೆ?

ಆಗಾಗ ಕೋಡುಬಳೆ ಮಾಡುತ್ತೇನೆ ನಾನು
ಮಾಡಿ ಹಂಚುತ್ತೇನೆ ಹಲವರಿಗಾದರೂ
ನೂರಾರು ವರ್ಷಗಳ ಅವಜ್ಞೆಗೊಳಗಾದ
ನನ್ನಮ್ಮನಂಥ ಜಾಣೆಯರ ನೆನಪು
ಉಳಿಸಿಕೊಳ್ಳುವ ಸಲುವಾಗಿ.

ನಾನು ಯಾರು?

ಮೊನ್ನೆ ಒಂದು ಖುಷಿಯ ಸಮಾರಂಭ
ಎಷ್ಟೊಂದು ಗೆಳತಿಯರು, ಪರಿಚಿತರು!!
ಕೈಕುಲುಕುವವರು, ಅಪ್ಪಿಕೊಳ್ಳುವವರು, ಕೈಬೀಸುವವರು
ಎಲ್ಲರ ಮುಖದಲ್ಲೂ ಖುಷಿ, ಖುಷಿ?
ಕೆಲವರದು ಮೊದಲ ಭೇಟಿ
ಒಬ್ಬಳಂದದ್ದು ಎಷ್ಟು ನಿಜ!!
'ನೀನು ಫೋಟೋದಲ್ಲಿ ಕಂಡದ್ದಕ್ಕಿಂತ ಬೇರೆಯೇ...'
ಸತ್ಯ ಹೇಳಿದ್ದು ಅವಳೊಬ್ಬಳೇ
ಕನ್ನಡಿಯಲ್ಲಿ ಕಾಣುವ ಪ್ರತಿಬಿಂಬವೇ ನಾನಲ್ಲ
ಎನಿಸುತ್ತಿದೆ ನನಗೆ
ಇನ್ನು ಫೋಟೋದಲ್ಲಿರುವ ನಾನು
ನಾನಾಗಲು ಹೇಗೆ ಸಾಧ್ಯ?

ಹೀಗೊಂದು ಬೆಳಗು

ಹೊಡೆಯದ ಅಲಾರ್ಮಿನಿಂದ
ತಡವಾಗಿ, ದಡಬಡಿಸಿ ಎದ್ದು
ಇಟ್ಟ ಜಾಗದಲ್ಲಿರದ ಚಾವಿಗೆ
ಮನೆಯೆಲ್ಲ ತಡಕಾಡಿ ಹುಡುಕಿ
ಮುಂಬಾಗಿಲು ತೆಗೆದು ಬಂದು
ಗ್ಯಾಸ್ ಹಚ್ಚಿದರೆ ಕೆಂಪು ಉರಿ
ಹೊಯ್ದಾಡಿ ಆರಿಹೋದ ಒಲೆ!
ಸಿಲಿಂಡರ್ ಬದಲಿಸಿ ಅಡುಗೆ ಮುಗಿಸಿ
ಪಾತ್ರೆ ತೊಳೆಯುವಾಗ
ನಿಂತೇ ಹೋದ ನೀರು!
ಮೋಟಾರು ಚಾಲು ಮಾಡಿ
ಒಳಗಡಿ ಇಡುವಷ್ಟರಲ್ಲಿ ಕಳಚಿ ಬಿದ್ದ
ಕಿವಿಯೋಲೆಯ ತಿರುಪು!!
ಸಂದು-ಗೊಂದು ಮೂಲೆ ಮೂಲೆ
ಹುಡುಕಿಯೂ ಸಿಗದೆ ಸಾಕಾಗಿ
ಕಾಫಿ ಕೈಗೆತ್ತಿಕೊಳ್ಳುವಷ್ಟರಲ್ಲಿ
ಕರೆಗಂಟೆಯ ಸದ್ದು!

ಮದುವೆಗೆ ಕರೆಯಲು ಬಂದ ಅಪರೂಪದವರು
ಮತ್ತೆ ಕಾಫಿ, ಎಲೆಯಡಿಕೆ ಉಪಚಾರದೊಂದಿಗೆ
ಬಂದವರ ಬೀಳ್ಕೊಟ್ಟು, ಬಾಗಿಲು ಬಂದು ಮಾಡಿ
ನೆರವಿಗೆ ಬರದ ಮನೆಯವರ ಮೇಲೆ ಅರಚಾಡಿ
ಹಾಲು ಸಾಲದ ಕಹಿ ಕಾಫಿ ಗಟಗಟ ಕುಡಿದು
ಒಲೆಯ ಮೇಲೆ ಹೊಸ ಹಾಲಿಟ್ಟು, ಉರಿ ತಗ್ಗಿಸಿ
ದಿವಾನದ ದಿಂಬಿಗೊರಗಿ, ಕಾಲುಚಾಚಿ
ದಿನಪತ್ರಿಕೆ ತಿರುಗಿಸುತ್ತಾ ಕಣ್ಣು ಬಾಡಿದಾಗ
ಧಭಧಭ ಸುರಿಯುವ ಟ್ಯಾಂಕ್ ನೀರು!!

ಎದ್ದು ಬಂದು ನೋಡಿದರೆ

ಚಿಕ್ಕ ಬ್ರಷ್, ತುಂಡು ಬಟ್ಟೆ ಹಿಡಿದು
ಇಹದ ಪರಿವೆಯಿಲ್ಲದಂತೆ
ತನ್ಮಯನಾಗಿ ತಿಕ್ಕಿ ತಿಕ್ಕಿ
ಮಿಕ್ಸರ್‌ನ ಮೂಲೆ ಮೂಲೆ
ಚೊಕ್ಕ ಮಾಡುತ್ತಿದ್ದ ಇವನು!

ಪುಟ್ಟ ಬಟ್ಟಲಲ್ಲಿ ಫಳಫಳಿಸಿದ
ಕಿವಿ ಓಲೆಯ ತಿರುಪು,
ಉಕ್ಕುವುದರಲ್ಲಿದ್ದ ಹಾಲು.

ಪಯಣ

ಎಲ್ಲೋ ಹುಟ್ಟಿದ ಅವನು
ಮತ್ತೆಲ್ಲೋ ಹುಟ್ಟಿದ ನಾನು
ಹೇಗೋ ಬೆಸೆದು ಬಂಧ
ಶುರುವಾದ ಪಯಣ
ಸಾಗಿದೆ ಮೂರು ದಶಕಗಳಿಂದ
ಅಂದ ಮಾತ್ರಕ್ಕೆ ನಾವೇನೂ ಅಪರೂಪವಲ್ಲ
ಸಿಟ್ಟು ಸೆಡವು, ಸಣ್ಣತನ ಎಲ್ಲವೂ ಇದ್ದು
ಶರಂಪರ ಜಗಳವಾಡಿ ಮುಖ ತಿರುಗಿಸಿ
ಮಾತು ಬಿಟ್ಟು ವಾರ ಕಳೆವಷ್ಟರಲ್ಲಿ ಸಾಕೆನಿಸಿ,
'ಟೋಕಿಯೋ ಸ್ಟೋರಿ' ಸಿನೆಮಾ ನೋಡೋಣವೇ
ಇಂದು ಮತ್ತೆ? ಎಂದು ಕರೆದಾಗ ಅವನು,
ಸೊರಗಿ ಸುಕ್ಕಿಟ್ಟ ಶುಂಠಿ ಕೊಂಬೊಂದು ಕೊನರಿದೆ
ಕಾಣು ಬಾ... ಎಂದು ಕರೆದಾಗ ನಾನು
ಮರೆತುಬಿಡುತ್ತೇವೆ ಮಾತು ಬಿಟ್ಟದ್ದನ್ನು

ಮುಂದಾಗಿರಬಹುದೊಮ್ಮೆ ಅವನು
ಮತ್ತೊಮ್ಮೆ ನಾನು.
ಸಾಲ, ಸೋಲುಗಳಲ್ಲಿ
ರೋಗ ರುಜಿನಗಳಲ್ಲಿ
ದುಃಖ ದುಮ್ಮಾನದಲಿ
ಹಮ್ಮು ಬಿಮ್ಮುಗಳಳಿದು
ಮುಂದುವರಿದಿದೆ ನಡಿಗೆ
ಹೊರಳಿ ನೋಡುತ್ತೇವೆ
ಕಂಡ ಕನಸುಗಳನ್ನು
ನೆನೆನೆನೆದು ನಗುತ್ತೇವೆ
ಹಾರುಗುದುರೆಯನೇರಿ
ಹಾರಾಡಿ ಬಿದ್ದದ್ದನ್ನು.
ವಸಂತಗಳುರುಳಿ...
ಕೂದಲು ನೆರೆತು
ಮಂಡಿ ಸವೆದರೂ
ನಡೆಯುತ್ತಿದ್ದೇವೆ
ನಿಂತರೂ ಆಗಾಗ
ಜೊತೆಗೇ...

ಬಯಕೆ

ಸುತ್ತ ಕತ್ತಲು ಮುತ್ತಿರುವಾಗ
ಬೆಳಕಿಂಡಿಗೆ ಕಾದಿದ್ದೇನೆ

ಮಾತು ಅರ್ಥ ಕಳಕೊಂಡಾಗ
ಮೌನವಾಗಿ ಮೌನದ ಮಡಿಲಲ್ಲೇ
ಸಿಡಿದಿದ್ದೇನೆ

ಕತ್ತಲಲ್ಲಿ ಅತ್ತು ಬಿಡುವುದೂ
ಹೇಸಿಗೆಯೆನಿಸಿ ಕಣ್ಣೀರಿಗೆ
ಕಡಿವಾಣ ಹಾಕಿದ್ದೇನೆ

ಎಲ್ಲ ಕಳಚಿ ಹಾರಬೇಕು
ಹಕ್ಕಿಯಾಗಿ ಬಾನೆತ್ತರ

ಮೈಮರೆತು ಈಜಬೇಕು
ಮೀನಾಗಿ ಹಗುರ ಹಗುರ

ಚಿಮ್ಮಿ ಚಿಮ್ಮಿ ಓಡಬೇಕು
ಜಿಂಕೆಯಾಗಿ ದೂರ... ದೂರ

ಆರ್ದ್ರತೆ ಆರದಂತೆ ಸಿಡಿದೇಳಬೇಕು
ಸಂಬಂಧಗಳ ಕಳಚಿಕೊಳ್ಳದೆ
ಬಂಧ ಬಿಡಿಸಿಕೊಳ್ಳಬೇಕು
ಹೇಗೆ? ಹೇಗೆ?

ದಾರಿ

ಮುಬೀನಾಳ ಅಂಗಡಿಯಲ್ಲಿ
ಕಾಯಿಪಲ್ಲೆ ಕೊಳ್ಳುತ್ತ
ಕಷ್ಟಸುಖ ಮಾತನಾಡುವಾಗ...

ಬಿರಬಿರನೆ ಬಂದ ಅವಳು
ನನ್ನನ್ನು ದೂಡಿಕೊಂಡೇ ನಿಂತು
ರೊಯ್ಯನೆ ಮೇಲ್ಮುಸುಕನ್ನು
ತಲೆಯ ಮೇಲೆಸೆದುಕೊಂಡು
ಉಸಿರುಸಿರುಬಿಡುತ್ತಾಳೆ

ಅವಾಕ್ಕಾಗಿ ನೋಡುತ್ತೇನೆ!
ಧುಮುಗುಡುವ ಮುಖ
ಉರಿಯುವ ಕಣ್ಣುಗಳು
ಕಚ್ಚಿ ಹಿಡಿದ ತುಟಿ.
ಮಾಸಿದ ಮದರಂಗಿ ಕೈಯಲ್ಲಿ
ಬೆದಬೆದಕಿ ಬುಟ್ಟಿಗೆ
ಎಸೆದ ಬದನೆ
ಕರಕಲಾಗುತ್ತದೆ

ನರಗಳೆದ್ದು ಕಾಣುತ್ತಿದ್ದ
ಬಿಗಿದ ಎಡಗೈ ಮುಷ್ಟಿ
ತಂತಾನೆ ಸಡಿಲಿಸಿ
ಕಾಸು ಕೆಳಗೆ ಬಿದ್ದು
ಚೆಲ್ಲಾಪಿಲ್ಲಿಯಾದರೂ
ಸುಮ್ಮನೆ ದಿಟ್ಟಿಸುತ್ತಾಳೆ

ಬಾಗಿ ನೆಲದ ಮೇಲೆ
ಚೆಲ್ಲಾಡಿದ್ದ ಕಾಸ

ಒಂದೊಂದನ್ನೇ ಹೆಕ್ಕಿ
ಮೆಲ್ಲನೆ ಅವಳ ಹೆಗಲು ಬಳಸಿ
ಅಂಗೈಯಲ್ಲಿಟ್ಟಾಗ
ಥಟ್ಟನೆ ನನ್ನ ಕೈಯನ್ನು
ಗಟ್ಟಿ ಹಿಡಿಯುತ್ತಾಳೆ
ಇಬ್ಬರ ಉಸಿರೂ ಬೆರತು
ನಿಟ್ಟುಸಿರಾಗುತ್ತದೆ

ಮೆಲ್ಲನೆ ಕೈ ಸಡಿಲಿಸಿ
ಮನೆ ದಾರಿ ಹಿಡಿದಾಗ
ಹೆಜ್ಜೆಗಳು ವಜ್ಜೆಯಾಗುತ್ತವೆ.

ಕಳೆದು ಹೋದವಳು

ಕನಸಲ್ಲೂ ನೆನೆಸಿರಲಿಲ್ಲ
ಈ ನನ್ನ ಹೈಸ್ಕೂಲು ಗೆಳತಿ
ಯಾವುದೋ ಮದುವೆಯಲ್ಲಿ
ಹೀಗೆ ಮುಖಾಮುಖಿಯಾಗುತ್ತಾಳೆಂದು

ನಾಲ್ಕು ದಶಕದ ಹಿಂದೆ
ಮಿಂಚಿನ ಬಳ್ಳಿಯಂಥ ಇವಳು
ಸದಾ ಕಂದು ಸ್ವೆಟರ್ ತೊಟ್ಟು
ಶಾಲೆಗೆ ಬರುತ್ತಿದ್ದದ್ದು ಒಳ ಉಡುಪಿಲ್ಲದೆ
ತೊನೆದಾಡುವ ತನ್ನ ಮೈಸಿರಿಯ ಮುಚ್ಚಿಕೊಳ್ಳಲು
ಎಂದು ನನಗೆ ತಿಳಿದದ್ದು ತಡವಾಗಿ

ಮದುವೆಯಿಲ್ಲದ ನಾಲ್ಕು ಅಕ್ಕಂದಿರ
ಹಿಂದೆ ಹುಟ್ಟಿದ ಇವಳು ಊಟದ ವೇಳೆ
ಒಬ್ಬಳೇ ಕುಳಿತು ತಿನ್ನುತ್ತಿದ್ದುದು
ನೀರು ಚಿಮುಕಿಸಿದ ಮಂಡಕ್ಕಿ
ಎಂದು ನನಗೆ ತಿಳಿದದ್ದೂ ತಡವಾಗಿ

ಹೊಳಪು ಕಂಗಳ ಚೆಲುವೆ!!
ಇನ್ನೇನು ಹತ್ತನೆಯತ್ತೆ ಪರೀಕ್ಷೆ
ನಾಳೆ ಎನ್ನುವಾಗ ನಾಪತ್ತೆಯಾದವಳು
ಇಂದು ಹೀಗೆ ದಿಢೀರನೆ ಪ್ರತ್ಯಕ್ಷ!!

ಭಾರೀ ಜರಿ ಸೀರೆ, ಸರಗಳ ಸರಪಳಿಯಲ್ಲಿ
ಸಿಕ್ಕಿಕೊಂಡ ಅವಳನ್ನು
ಹ್ಯಾಗಿದೀಯಾ? ಎಂದದ್ದಕ್ಕೆ
ತಿಂಗಳಲ್ಲಿ ಇಪ್ಪತ್ತು ದಿನ ಫಾರಿನ್ ಟೂರಲ್ಲಿರುವ ಗಂಡ

ತಪ್ಪದೇ ಕಳಿಸುವ ನೂರೆಂಟು ಲವ್ ಯೂ ಮೆಸೇಜೂ
ಪ್ರತಿ ಹುಟ್ಟುಹಬ್ಬಕ್ಕೆ ತಂದುಕೊಡುವ ಗಿಫ್ಟೂ
ಮೊನ್ನೆಯಷ್ಟೇ ಖರೀದಿಸಿದ ಟೀ ಎಸ್ಟೇಟೂ
ಮನೆಯಲ್ಲಿರುವ ಆಳುಕಾಳು, ಕಾರುಗಳ ಬಗ್ಗೆ
ಒಂದೇ ಉಸುರಿಗೆ ಉತ್ತರಿಸುವಾಗ ಅವಳ
ಕಾಂತಿಹೀನ ಕಣ್ಣುಗಳಲ್ಲಿ ನನ್ನ ಹಳೆಯ ಗೆಳತಿ
ಮತ್ತೆ ಕಳೆದುಹೋಗಿದ್ದಳು.

ಗಂಧ ಗಾಳಿ

ಸಂಭ್ರಮಕ್ಕೆ ಜೊತೆಯಗುತ್ತಿದ್ದ ಮಲ್ಲಿಗೆ
ಬದಲಿಗೆ ಬಗೆ ಬಗೆ ಅತ್ತರು ಬಂದು
ಮರೆತುಹೋಗಿದೆ ಮೈಯ ವಾಸನೆ

ಸಹಜ ಗಂಧ ಸೂಸುತ್ತಿದ್ದ ಮಗನ ಬಟ್ಟೆಯಲ್ಲೀಗ
ಮೂಗಿಗಡರುವ ಡಿಯೋಡರೆಂಟ್ ಘಾಟು
ಗೋಡೆ ಕಟ್ಟಿದೆ.

❋

ಒಳಗು–ಹೊರಗು

ಯಾರ ಶಾಪವೋ ಯಾವ ಕರ್ಮವೋ
ಎದೆಯನಿರಿದಿದೆ ಮಾತಿನಲುಗು
ಘಾಸಿಗೊಂಡರು ಮನವು
ಬಿಡದು ಈ ಮೋಹ!!
ಪ್ರೀತಿ–ಮೋಹಗಳೆರಡು ಹೆಣೆದುಕೊಂಡಿರುವಾಗ
ಬಿಡಿಸಿಕೊಳ್ಳುವುದೆಂತೋ ಅರಿಯೆ ನಾನು
ತಂಪೆರೆದ ಕಣ್ಣುಗಳು ಕೆಂಡದುಂಡೆಗಳಾಗಿ
ಬದಲಾಗಿಬಿಡಬಹುದೆ ಹೀಗೆ?
ಮೌನವಾಗಿದ್ದರೂ ಹೊರಗೆ
ತಾಳಲಾರದ ಗೌಜು ಒಳಗೆ
ಮತ್ತೊಮ್ಮೆ ಇರಿದುಬಿಡು
ಮೌನವಾಗಲಿ ಒಳಗೆ–ಹೊರಗೆ.

❋

ಅಡುಗೆಮನೆ ಜಗತ್ತು

ಕಬ್ಬಿಣದ ತವದ ಮೇಲೆರೆದ
ದೋಸೆಯ ರುಚಿ ಮತ್ತು ಗರಿ
ನಾನ್‌ಸ್ಟಿಕ್ ತವದ ದೋಸೆಗೆಂದೂ ಬರುವುದಿಲ್ಲ
ಅಂಟಿಸಿಕೊಳ್ಳದ್ದು ಆಪ್ತವಾದೀತು ಹೇಗೆ?

ಉಪ್ಪಿನಕಾಯಿ ಜಾಡಿಗೆ ತುಂಬಿಸಿ
ಮುಚ್ಚಿಟ್ಟರೆ ಮುಗಿಯಲಿಲ್ಲ
ಆಗಾಗ್ಗೆ ಕೈಯಾಡಿಸಬೇಕು ತೆಗೆದು
ಕೆಡದಂತೆ ಇರಿಸಿಕೊಳ್ಳಲು.

ಬೇಕಾದ್ದು, ಬೇಡದ್ದು ತುಂಬಿ
ಮುಚ್ಚಿಬಿಡುವ ಕಪಾಟಿನಡುಗೆಮನೆಗಿಂತ
ಇಟ್ಟಿದ್ದು, ಕೆಟ್ಟದ್ದು ಕಾಣುವ ಅಡುಗೆಮನೆಯಾದರೆ
ಶುಚಿಗೊಳಿಸಿಕೊಂಡೇವು ಆಗಾಗ

ತರಕಾರಿ ಸಹಜ ಬಣ್ಣ ಉಳಿಸಿಕೊಳ್ಳಲು
ಬೇಯುವಾಗಿಷ್ಟು ಉಪ್ಪು ಸೇರಿಸಿದರಾಯ್ತು
ಮನುಷ್ಯರ ನಿಜಬಣ್ಣ ತಿಳಿಯಲು
ಉಪಾಯವೇನಾದರೂ ಇದ್ದಿದ್ದರೆ...

ಮೊಂಡಾದ ಚಾಕು, ಈಳಿಗೆಗೆ
ಸಾಣೆ ಹಿಡಿಯಬೇಕು ಆಗಾಗ್ಗೆ
ಬಿಸುಪು ಕಳೆದುಕೊಳ್ಳುವ
ಸಂಬಂಧಗಳಿಗೂ ಹಾಗೇ...

ಕೊನೆ ಗುಟುಕಿನವರೆಗೂ ಬಿಸಿ
ಆರದಹಾಗೆ ಕಾಫಿ ಬೆರೆಸುವುದೂ
ಕೊನೆವರೆಗೂ ಬಿಸುಪು ಕಾಯ್ದುಕೊಂಡು
ಬದುಕುವುದೂ ಎಲ್ಲರಿಗೂ ಸಿದ್ಧಿಸುವುದಲ್ಲ

ಸಿಟ್ಟು, ಅಸಹನೆ, ಅತೃಪ್ತಿ ಎಲ್ಲವನ್ನೂ
ಹಿಟ್ಟಿನೊಂದಿಗೆ ಮಿದ್ದು ಮಿದ್ದು
ಲಟ್ಟಿಸಿ ಬೇಯಿಸಿದ ಚಪಾತಿ
ತಿನ್ನಲು ಬಲು ಮೃದು, ಮಧುರ.

ಜೊರೋ ಎಂದು ನಲ್ಲಿ ತಿರುಗಿಸಿ
ಇನ್ನೆರಡು ತೊಳೆದರೆ ಮುಗಿಯಿತು
ಎನ್ನುವಷ್ಟರಲ್ಲಿ ನಿಂತೇ ಹೋದ ನೀರು!
ಇದ್ದಾಗ ತಿಳಿಯದ ಬೆಲೆ, ಹೋದಾಗ ಹಳಹಳಿಕೆ...

(ಸ್ಫೂರ್ತಿ: ಗೆಳತಿ ಬಿ ವಿ ಭಾರತಿಯ 'ಕಿಚನ್ ಕವಿತೆಗಳು')

ನಡೆ

ನಾನು ನಾನೇ ಆಗಿದ್ದರೂ
ನನಗೆ ನೀನೂ ಬೇಕು.

ನಾನು ನಾನಾಗಿರುವುದು
ಎಷ್ಟು ಮುಖ್ಯವೋ
ನೀನು ನೀನಾಗಿರುವುದೂ
ನನಗೆ ಅಷ್ಟೇ ಮುಖ್ಯ.

ಜೊತೆ ಜೊತೆಗೆ ನಡೆಯುವಾಗ
ದೀಪ ಯಾರ ಕೈಯಲ್ಲಿದ್ದರೇನು?
ಜೊತೆಗೆ ನಡೆಯುವುದಷ್ಟೇ ಮುಖ್ಯ

ಹನಿಗಳು

ಆಸೆ

ಮಗಳು, ಹೆಂಡತಿ, ತಾಯಿ... ಹೀಗೆ
ಜಾರುತ್ತಿದೆ ಕಾಲ
ಇನ್ನಾದರೂ ಕೇಳಬೇಕು

ಇಬ್ಬನಿಯ ದನಿ ಮತ್ತು
ಎರೆಹುಳುವಿನ ಮಾತು

ಕವಿತೆ - 1

ಎದೆಗಪ್ಪಿ ಜೇನುಣಿಸುವ ತಾಯಿ
ಕುಸುಮ ಪಾದವ ನೇವರಿಸಿತ್ತಾ
ಅಂಗಾಲ ಕಚಗುಳಿಸಿದಾಗ
ಕೂಸು ಚಣ ದಿಟ್ಟಿಸಿ
ತುಟಿ ಸಡಿಲಿಸಿ
ಹಾಲು ತುಳುಕಿಸಿ ನಕ್ಕು ಮತ್ತೆ
ಮೊಲೆಗೆ ತುಟಿಯುವ ಹೊತ್ತಲ್ಲಿ
ಕವಿತೆ ಹುಟ್ಟಿತು

ಕವಿತೆ - 2

ಎದೆ ತುಂಬ ಹಾಡು ತುಂಬಿದ್ದರೂ
ಹಾಡಲಾಗದೆ ಕೊರಳುಬ್ಬಿ ಬಂದರೂ
ಉಸಿರಲಾಗದೆ ಬಾಯ್ಮುಚ್ಚಿ ಬದುಕನ್ನೇ
ಹಾಡಾಗಿಸಿಕೊಳ್ಳುವವರ ಜಾಣ್ಮೆ ಕವಿತೆ.

ಮನೆ

ನಾನು ನಾನಾಗಿ
ನೀನು ನೀನಾಗಿ
ಮತ್ತೆ ನಾವಾಗಿ
ಇರುವುದಕ್ಕೇ
ಇದು ನಮ್ಮನೆ
ಇಲ್ಲದಿದ್ದರೆ
ಇದು ಸುಮ್ಮನೆ
ಮನೆ

ನಾನೂ - ನೀನೂ

ನಾನು ನೀನೇ
ನೀನು ನಾನೇ
ಆದರೂ
ನಾನು ನಾನೇ
ನೀನು ನೀನೇ

ಬಿಳಿ ಹಾಲು

ಕೌಂಟರಿನ ಮೇಲೆ ಮಗುವನ್ನು
ಮಲಗಿಸಿಕೊಂಡು ಲೆಕ್ಕ ಬರೆಯುತ್ತಿದ್ದವಳು
ಕೇಳಿದಳು, 'ಕೇಸರಿ, ನೀಲಿ, ಹಸಿರು
ಯಾವ ಹಾಲು ಬೇಕು?'
ನಗುವ ಮಗುವನ್ನು
ನೋಡುತ್ತ ಹೇಳಿದೆ–
'ಬಿಳಿ ಹಾಲು ಸಾಕು.'

ನಿನ್ನುಸಿರ ನಾನಾ ಬಗೆಯ ಉಸಿರಾಟ

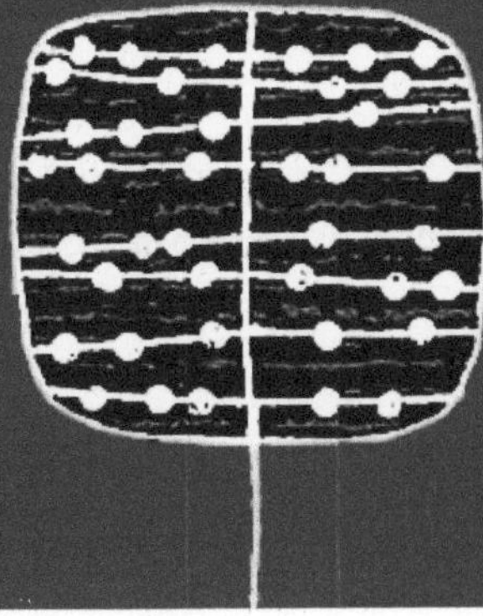

ಪ್ರೀತಿಯ ಉಮಾ,

ನಿನ್ನ ಕವಿತೆಗಳನ್ನೆಲ್ಲ ಓದಿದೆ. ಓದುವಾಗ ನನಗೆ ಅಚ್ಚರಿಯೆನಿಸಲಿಲ್ಲ. ಯಾಕೆಂದರೆ, ನಿನ್ನನ್ನು ದಶಕಗಳಿಂದ ಅರಿತ ನನ್ನಲ್ಲಿ ನಿನ್ನ ಮನಸ್ಸಿನ ಫೋಟೋ ದಾಖಲಾಗಿತ್ತು. ಈ ಕವಿತೆಗಳೆಲ್ಲ ಆ ಫೋಟೋಗೆ ಅನುಸಾರವಾಗಿಯೇ ಇವೆ. ಅಷ್ಟೇ ಅಲ್ಲ, ತಮ್ಮ ಶಬ್ದಗಳನ್ನು ತಾವೇ ಹುಡುಕಿಕೊಂಡಂತೆ ಇವೆ. ನಾವು ನಮ್ಮಷ್ಟಕೇ ಮಾತುಕತೆಯಾಡುವಾಗ, ಚರ್ಚೆ ಮಾಡುತ್ತಿರುವಾಗಲೆಲ್ಲ ನಿನ್ನ ಸಂವೇದನೆಯ ಸ್ವರೂಪ ಸ್ಪಷ್ಟವಾಗಿ ಕಂಡದ್ದರಿಂದಲೋ ಏನೋ ಈ ಕವಿತೆಗಳು ಎಲ್ಲಿಯೂ ಕವಿತೆಯಾಗಬೇಕೆಂದು ಹುಟ್ಟಿದವಲ್ಲ, ಅಲ್ಲಲ್ಲೇ ಹೂವಿನಂತೆ ಅರಳಿಕೊಂಡಂಥವು ಅಂತನಿಸಿತು. ಒಳಮಾತಿನ, ಹೊರಮಾತಿನ, ಬದುಕಿನ ವಿವಿಧ ತಲ್ಲಣ ತಳಮಳದ, ಸಹಸ್ಪಂದನದ, ವಿಸ್ಮಯದ, ತಾಳುವಿಕೆಯೆಂಬ ತಪದ, ವಿಷಾದವಿದ್ದೂ ಅದರಲ್ಲಿ ಅದ್ದಿಹೋಗದ ಈ ಕವನಗಳು ನಿಜಕ್ಕೂ ನನಗೆ ಒಂದು ರೀತಿಯಲ್ಲಿ ನಿನ್ನುಸಿರ ನಾನಾ ಬಗೆಯ ಉಸಿರಾಟಗಳಾಗಿಯೇ ಕೇಳಿಸಿದವು. ನನ್ನ ವತಿಯಿಂದ ಹೇಳಬೇಕೆಂದರೆ, ಕಾವ್ಯವೆಂದರೆ ಹೀಗೆಯೇ, ಅಂತರಾಳದಲ್ಲಿ ಏಳುವ ವಿವಿಧ ಅಲೆಗಳಿಗನುಸಾರ ಏರಿಳಿವ ಉಸಿರಾಟ, ಆ ಏರಿಳಿತಕ್ಕೆ ಸರಿಯಾಗಿ ಎಲ್ಲೆಲ್ಲಿಂದಲೋ ಸೆಳಕೊಂಡು ಬಂದು ಜೊತೆಗೂಡಿ ನೆರವಾಗುವ ಶಬ್ದಸಖ್ಯ. ನಮ್ಮನ್ನು ಬಚಾವು ಮಾಡುವವೂ ಅವೇ. ಇಂದುಗಳಿಂದ ಬಿಡುಗಡೆ ಮಾಡಿ ನಾಳಿನ ಸೂರ್ಯೋದಯಕ್ಕೆ ನಮ್ಮನ್ನು ಯಥಾಪ್ರಕಾರ ಅಣಿಮಾಡುವವೂ ಅವುಗಳೇ.

ನಿನ್ನ ಪದ್ಯಗಳಲ್ಲಿ ಮುಖ್ಯವಾಗಿ ನನಗೆ ಕಾಣಿಸಿದ ಕೆಲವು:

ಮಂದಿಯಲ್ಲಿ ನೀನು ನಿನ್ನನ್ನು ಕಂಡುಕೊಳ್ಳುವ, ಅವರ ಬದುಕಿನ ಬೇಗೆಯ ಒಳಹೊಕ್ಕು ಚಿಂತಿಸುವ ಕಳವಳಿಸುವ ಬಗೆ.

ನಟ್ಟ ನಡುಹಗಲು
ಹೊತ್ತು ಮಾರುವ ಸೊಪ್ಪಿನವಳು
ಎದೆಯ ನೋವೆಲ್ಲ... ಗಂಟಲಿಗೆ ಬಂದಂತೆ
ಕೂಗೇ ಕೂಗುವಳು 'ಸೊಪ್ಪಮ್ಮೋ... ಸೊಪ್ಪು' (ಸೊಪ್ಪಿನವಳು)

ಈ ಕೂಗಿನ ಭರ ನಿನ್ನೊಳಗೆ ಏಳಿಸುವ ತರಂಗಗಳು ಇದಕ್ಕೆ ಮಾದರಿ. ಇಂಥ ಹಲವು ಪದ್ಯಗಳು ಇಲ್ಲಿವೆ ಮತ್ತು ಇಲ್ಲಿರುವ ಕವಿಯನ್ನು ನಮಗೆ ತೋರಿಸಿಬಿಡುತ್ತವೆ.

ಜೊತೆಗೆ–

ನೀನು ಫೋಟೋದಲ್ಲಿ ಕಂಡದ್ದಕ್ಕಿಂತ ಬೇರೆಯೇ'
ಸತ್ಯ ಹೇಳಿದ್ದು ಅವಳೊಬ್ಬಳೇ...
ಕನ್ನಡಿಯಲ್ಲಿ ಕಾಣುವ ಪ್ರತಿಬಿಂಬವೇ ನಾನಲ್ಲ
ಇನ್ನು ಫೋಟೋದಲ್ಲಿರುವ ನಾನು
ನಾನಾಗಲು ಹೇಗೆ ಸಾಧ್ಯ? (ನಾನು ಯಾರು?)

– ಎನ್ನುವ, ಇನ್ನೊಬ್ಬರಲ್ಲಿ ನಿನ್ನನ್ನು ಕಂಡುಕೊಳ್ಳುತ್ತಲೇ 'ನಾನು ಯಾರು' ಎಂದು ನಿನ್ನಲ್ಲೇ ನೀನು ಎಲ್ಲಿ ಎಲ್ಲೆಂದು ತಡಕಿಕೊಳ್ಳುವ ಪರಿ. ಈ ಎರಡೂ ಉದ್ದಕ್ಕೂ ಒಂದಕ್ಕೊಂದು ಜೋಡಿಯಾಗಿಯೇ ಇವೆ.

ಎರಡನೆಯದು, ಬಾಹ್ಯದಲ್ಲಿ ಒಂದೇ ಭಾವಜೀವ ಎಂದು ಕಾಣುವ ದಾಂಪತ್ಯ ಒಳಗಿಂದ ಬಗೆಬಗೆಯಲ್ಲಿ ಮುಖಾಮುಖಿಯಾಗುತ್ತ, ಅಲ್ಲಲ್ಲೇ ಏಳುವ ಉರಿಗಾಳಿಯನ್ನು ಸಹಿಸಿ ಶಮನಿಸುತ್ತ ಪ್ರೀತಿಯ ಅಂತರ್ದೀಪ ಆರದಂತೆ ಕಾಪಾಡಿಕೊಂಡು ಬರುವ ದೃಢನಡೆಯ ಚಿತ್ರಣ. ಇದಕ್ಕೆ ಹಲವಾರು ಉದಾಹರಣೆಗಳು ಈ ಸಂಕಲನದಲ್ಲಿ ಇವೆ. ಮೊದಲ ಪದ್ಯದಲ್ಲೇ ಇದು ರೂಪಕಾತ್ಮಕವಾಗಿ ಆಳದ ಸಣ್ಣನೆಯ ಗುನುಗಿನಂತೆ ಆದರೆ ಸಶಕ್ತವಾಗಿ ಹೇಗೆ ಕಾಣಿಸುತ್ತಿದೆ ನೋಡು!

ಕಳೆ ತೆಗೆಯಲು ಶುರುಮಾಡುತ್ತೇವೆ
ಸಂದುಗೊಂದಿನದನ್ನು ಬಲವಾಗಿ
ಕೆಲವನ್ನು ಮೆದುವಾಗಿ ನಿಧನಿಧಾನ
ಒಂದೊಂದೇ ಒಂದೊಂದೇ
ಕಿತ್ತೊಗೆದಂತೆ
ನಾವಿಬ್ಬರೂ ಹತ್ತಿರ
ಹತ್ತಿರವಾಗುತ್ತಾ
ನಮ್ಮಿಬ್ಬರ ಕೈಬೆರಳು
ತಂತಾನೇ ಬೆಸೆದುಕೊಳ್ಳುತ್ತವೆ
ಅಂಗೈಯ ಬಿಸುಪು ಮತ್ತೆ
ಎದೆಯನ್ನು ಬೆಚ್ಚಗಾಗಿಸುತ್ತದೆ (ಹಿತ್ತಲು)

ಮತ್ತು –

ಮುಂದುವರಿದಿದೆ ನಡಿಗೆ
ಹೊರಳಿ ನೋಡುತ್ತೇವೆ
ಕಂಡ ಕನಸುಗಳನ್ನು
ನೆನೆನೆನೆದು ನಗುತ್ತೇವೆ (ಪಯಣ)

ನೆನೆಯುವುದೇ ದೊಡ್ಡದು, ಅದರಲ್ಲಿಯೂ ನಗುವುದು ಇನ್ನೂ ದೊಡ್ಡದು. ನಡಿಗೆ ಮುಂದುವರಿದಂತೆ ಮುಖದ ಗಂಟುಗಳು ಹೆಗ್ಗಂಟುಗಳಾಗಿ ಬಿಡುವ ದುರಂತವನ್ನು ದಾಟಿಕೊಂಡ ಸುಖವಲ್ಲವೆ ಇದು? ಕಾರಣ, ಇಲ್ಲಿ ನಮ್ಮ ನೆನಪುಗಳೇಕೆ ತಾಳೆಯಾಗುತ್ತಿಲ್ಲ (ನೆನಪು) ಎಂಬ ವಿಷಾದದೊಂದಿಗೇ–

ಜೊತೆ ಜೊತೆಗೆ ನಡೆಯುವಾಗ
ದೀಪ ಯಾರ ಕೈಯಲ್ಲಿದ್ದರೇನು?
ಜೊತೆಗೆ ನಡೆಯುವುದಷ್ಟೇ ಮುಖ್ಯ (ನಡೆ)

– ಎಂಬ ವಿವೇಕ ಶಿಖೆಯಿದೆ.

ನನಗೆ ತುಂಬ ಇಷ್ಟವಾದ ಇನ್ನೊಂದು ಪದ್ಯ 'ಇರಲಿ ಎಲ್ಲ ಹೀಗೆ ಹೀಗೆ'. ಇದು ಚಿಕ್ಕಪದ್ಯ ಇರಬಹುದು. ಆದರೆ, ಇಲ್ಲಿ ಪುಟ್ಟದೊಂದು ದರ್ಶನವನ್ನೇ ತೋರಿಸಿ ಬಿಟ್ಟೆಯಲ್ಲೆ! ನಮಗೇ ಅರಿವಿಲ್ಲದೆ ವಿವಿಧ ಜಾತಿ, ಬಣ್ಣಗಳಲ್ಲಿ ಹುಟ್ಟಿಬರುವ ಮನುಕುಲದ ನಾವು ನಾಕು ದಿನದ ಆಟ ಮುಗಿಸಿ ತೆರಳುವವರು. ನಮ್ಮ ಉಪದ್ವ್ಯಾಪಗಳೆಲ್ಲ ಹೀಗೆ ಒಂದು ರೀತಿಯಲ್ಲಿ ಮಕ್ಕಳಾಟದಂತೆಯೇ ಬಾಲಿಶವಾಗಿದೆ. ಎಲ್ಲ ಇಷ್ಟಕ್ಕೇ ಇದ್ದಿದ್ದರೆ? ಹೀಗೇಯೇ ನಡೆಯುತಿದ್ದರೆ?... ಬಹಳ ಚೆಲುವಾಗಿ ಮತ್ತು ಗಾಢ ಹಂಬಲದಲ್ಲಿ ಸುಲಲಿತವಾಗಿ (ಎಂಬಂತೆ) ಹೊಮ್ಮಿದೆ ಈ ಕವನ!

ಅಮ್ಮ, ರೀಫಿಲ್, ಪುಟ್ಟಕ್ಕನ ಓಲೆ, ಕಳೆದು ಹೋದವಳು ಇತ್ಯಾದಿ ಕವನಗಳು ನನಗೆ ಇಷ್ಟವಾದವು. ಜೊತೆಗೆ, 'ಆ ನಂತರ' ಎಂಬ ಕವನ,

ವಡೆ, ಪಾಯಸ ಬರುತ್ತಿದೆ
ಇನ್ನೂ ಸಾರನ್ನವೇ ಮುಗಿದಿಲ್ಲ...
– ಯಾರ ಧ್ವನಿ?

ಒಳಗಿಂದ ಉಮ್ಮಳಿಸಿದ
ಬಿಕ್ಕು ಯಾರದೋ
ಅಬ್ಬರದ ನಗುವಿನಲ್ಲಿ
ಅಡಗಿಹೋಗುತ್ತಿದೆ. (ಆನಂತರ)

ಇದರಲ್ಲಿನ ವಾಸ್ತವ ಮತ್ತು ತಪ್ತತೆಯಲ್ಲಿ ಅದ್ದಿದ ದನಿ ಓದುವಾಗ ಸ್ವಗತದ ಪಿಸುಬಿಸಿಯಲ್ಲಿ ಕತೆಯೊಂದು ಕವನದಲ್ಲಿ ಸಂಗೋಪಿಸಿದಂತೆಯೂ ಆಗಿ ಮನದಲ್ಲಿ ಇಳಿದುಬಿಡುತ್ತದೆ. ನಿನ್ನ ಕೆಲವು ಕವನಗಳಲ್ಲಿ ಹೀಗೆ ಕತೆಯಾಗ ಹೊರಟು ಕವನವಾಗಿ ಬೆಳೆದ ಪದ್ಯಗಳಿವೆ. ಗಮನಿಸಿದೆಯ? 'ಅಮ್ಮ', 'ಅತಿಥಿ', 'ಕಳೆದು ಹೋದವಳು', 'ಕಡೇ ನಾಲ್ಕು ಸಾಲು' ಮುಂತಾದವು ಇದಕ್ಕೊಂದು ಉದಾಹರಣೆ. ಇದನ್ನು ಯಾಕೆ ಹೇಳಿದೆ ಎಂದರೆ, ನಿನ್ನಲ್ಲಿ ಕತೆಗಾತಿಯ ಎಲ್ಲ ಗುಣಗಳೂ ಇವೆ ಎಂದು ಹೇಳಲು. ಕವನದಲ್ಲೇ ಎಲ್ಲವನ್ನೂ ಹೇಳಲು ಸಾಧ್ಯವಾಗದಾಗ ಕತೆಯಲ್ಲಿ ಸಾಧ್ಯವೇ ನೋಡು.

ವಿಶೇಷ ಎಂದರೆ, ಇಡೀ ಸಂಕಲನವನ್ನು ಕರ್ತೃ ಯಾರೆಂದು ತಿಳಿಯದೇ ಓದಿದರೂ ಹೆಣ್ಣಿನೊಡಲಿನ ನೇಯ್ಗೆಗಳು ಇವೆಲ್ಲ, ಇದರ ಹಿಂದಿರುವುದು ಹೆಣ್ಣಿನ ಸಂವೇದನೆಯೇ, ಬರೆದಿರುವುದು ಒಬ್ಬ ಕವಯತ್ರಿಯೇ ಎಂದು ಕರಾರುವಾಕ್ ಪತ್ತೆ ಹೇಳುವ ಛಾಪು ಇಲ್ಲಿನ ಬಹುತೇಕ ಕವನಗಳಲ್ಲಿವೆ. ಮತ್ತು ಸವಾಲಿನಂತೆ ಎದುರು ನಿಂತಿರುವ 'ಅಂಟಿಸಿಕೊಳ್ಳದ್ದು ಆಪ್ತವಾದೀತು ಹೇಗೆ?' ಪ್ರಶ್ನೆ, ಪ್ರಶ್ನೆಯಲ್ಲಿಯೇ ಉತ್ತರವಿದ್ದೂ ಪ್ರಶ್ನೆಯಾಗಿಯೇ ಉಳಿವ ನಿತ್ಯಪ್ರಶ್ನೆ, ಈ ಕವನ ಸಂಕಲನದ ಸಾರಸಾಲಿನಂತೆ ಇದೆ.

ನೀನು ಬರೆಯುವವಳು, ಸಂಶಯವೇ ಬೇಡ. ದಾರಿ ಕಂಡಾಯಿತು. ಇನ್ನು ಸವೆಸುವುದೊಂದೇ.

ನಿನಗೆ ನಿನ್ನದೇ ಒಂದು ಮನಸ್ಸಿದೆ, ಹೊರಗೆ ಸುಮ್ಮನೆ ನೋಡುತ್ತ ಕೇಳುತ್ತ ಇದ್ದಂತೆಯೇ ಆಂತರ್ಯದಲ್ಲಿ ಗ್ರಹಿಸುತ್ತ ಬೆಳೆಯುವ ಕವಿಯೊಬ್ಬಳು ನಿನ್ನಲ್ಲಿದ್ದಾಳೆ. ಮರೆಯದಿರು.

ಎಲ್ಲ ಶುಭ ಮತ್ತು ಯಶಸ್ಸನ್ನು ಮನಸಾರೆ ಹಾರೈಸುತ್ತ,

ನಿನ್ನ,

ವೈದೇಹಿ